மஞ்சள் நிற பைத்தியங்கள்

மஞ்சள் நிற பைத்தியங்கள்

எஸ். செந்தில்குமார்

எழுத்து பிரசுரம்

மஞ்சள் நிற பைத்தியங்கள்
Manjal Nira Paithiyangal © 2020 S. Senthilkumar

First Edition: 2010
Second Edition by Ezutthu Prachuram: June 2020
(An imprint of Zero Degree Publishing)
ISBN: 978 93 88860 83 3
Title No. EP: 130

Zero Degree Publishing
No. 55(7), R Block, 6th Avenue,
Anna Nagar,
Chennai - 600 040

Website : www.zerodegreepublishing.com
E Mail : zerodegreepublishing@gmail.com
Phone : 98400 65000

Cover Art : Humshini
Layout: Creative Studio

உள்ளே

முன் குறிப்பு

இந்த குளிர்காலத்தின் தொடக்கத்தில் இக்கதைகளையும் இக்கதைகள் எழுதிய கடந்த காலப்பருவங்களையும் நினைத்துக் கொள்கிறேன். நினைத்துக்கொள்வதற்கான சந்தர்ப்பம் இதுதான்போல. இன்றிலிருந்து இந்த நினைவுகள் என்னிடமிருந்து அகன்று விடுமா? ஒருவேளை அவை தொடர்ந்து வரக்கூடுமா? தெரியவில்லை. என்னுடைய கதைகளுடன், கதைகள் எழுதிய காலத்தையும் இணைத்து நினைத்துக்கொள்வது, ஒரு வீட்டிலிருந்து, ஒரு நகரத்திலிருந்து, ஒரு மனிதரிடமிருந்து விலகி வந்த பிறகு அதைப் பற்றிய ஞாபகங்களை நினைத்துக் கொள்வதற்கு இணையானதாகவே கருதுகிறேன். நினைவு கூறுதல் என்பது தான் கதை சொல்லுதல் என்பதன் அடிப்படையா? இக்கதைகள் என்னளவில் அதன் பின்னணி சார்ந்து தனி புத்தகமாக எழுதப்படவேண்டியவை.

எனக்கு கதைகள் மேலான அலாதியான பிரியம் எப்போதும் உண்டு. தொடர்ந்து வாசிக்கவும் எழுதவும் மட்டுமே என்னால் முடியும் என்று நம்புபவன். வேறு ஒரு தொழிலை கற்றுக்கொள்ளவும் ஒரு தொழிலை ஏற்றுத் திறம்படச் செய்யவும் இயலாதவன். எனக்கு ஒரு போதும் கதை எழுதுவது தொழிலாகவும் பொருளாதார சார்ந்த திருப்தியையும் தரக்கூடியதாகவும் இருக்கும் என்று தோன்றியது கிடையாது. அதை எதிர்பார்க்கவுமில்லை. கதை எழுதுதல் என்பது ஒரு செயல். கதை எழுதுதல் என்பது என்னுடைய இருப்பின் ஆதாரம். என்னுடைய அர்த்தபூர்வமான செயல்பாடு என்று நம்பிக்கொண்டிருக்கிறேன்.

எதற்காக இந்த கதையை எழுதினீர்கள்? ஏன் கதைகள் எழுது கிறீர்கள்? என்று பலரும் என்னிடம் கேட்டிருக்கிறார்கள். இந்த கேள்வியின் அடிப்படையான விஷயம் என்னவாகயிருக்குமென்று யூகித்துக் கொள்வதை விட இந்த கேள்வியின் பதிலைத் தேடிச் செல்வது நியாயமான ஒன்றாக உள்ளது. கதை எழுதுவது எனது பணி என்று சொல்வது தான் அந்த நியாயத்திற்கு காரணம். ஒரு விவசாயி

எப்போதாவது தனது வயலில் விளையும் தானியத்தை அடுத்தவர்கள் தின்பதற்காக நாம் பயிர் செய்கிறோம் என்று கருதியிருக்கிறானா? அப்படி நினைத்தால் உலகத்தில் கம்ப்யூட்டர் பயிலுவதற்காக கிராமங்களை விட்டு வந்தது போக எஞ்சிய விவசாய குடும்பங்கள் என்னவாகியிருக்கும்? ஒரு அரசாங்க பணியாளர் தொடர்ந்து கதை எழுதினால் அதற்கான நியாயம் என்னவாக இருக்குமென்று தெரியவில்லை. அதைவிட என்ன காரணமாக இருக்குமென்றும் தெரியவில்லை. அவர்களது பராமரிப்பிலுள்ள கோப்புகளைப் போலத்தானே ஒரு வேளை கதையும் என்று யோசித்திருக்கிறேன்.

ஒரு முழு நேர எழுத்தாளன் சந்திக்கும் பல்வேறு சிக்கல்களுள், ஏன் தொடர்ந்து எழுதுகிறாய் எதற்காக எழுதுகிறாய் என்ற கேள்விகளும் அதுசார்ந்த நெருக்கடிகளும் சொல்லமுடியாதவை. சிறு பத்திரிகை எழுத்தாளர்கள் யாரும் வருடத்திற்கு இரண்டு கதைகள் தவிர்த்து அதிகபட்சமாக ஒரு வாக்கியம் கூட எழுதக்கூடாது போல. அங்ஙனம் எழுதும்பட்சத்தில் மேற்கண்ட கேள்விகளைத் தான் சந்திக்கவேண்டிய சூழல் உருவாகும். வருடத்திற்கு நான் எழுதும் படைப்புகளைப் பிரசுரிக்க இப்போதுள்ள மாதப் பத்திரிகைகளுக்கு வாய்ப்பும், வசதியும் இல்லாமல் போய்விட்டது. ஒரு கதை பிரசுரமான பிறகு அடுத்த கதையை பிரசுரிக்க ஒரு வருடத் திற்கு மேலாக வரிசையில் காத்திருக்க வேண்டியதாக உள்ளது. காலச்சுவடு இதழ் மட்டுமே என்னுடைய கதையினை வருடத்திற்கு மூன்று அல்லது நான்கு கதைகளை பிரசுரம் செய்கிறது. இந்த தொகுப்பிலுள்ள ஹென்றிவெல் மார்ஷெல் நினைவு நூலகம் என்கிற கதையை உயிரெழுத்துக்கு முதலில் அனுப்பி பிறகு பிரசுரத்திற்கு மறுக்கப்பட்டு பின்னர் அடவி முரளிக்கு அனுப்பப்பட்டது. தி. முரளி இந்த கதையை குறித்து சில அபிப்பிராயத்தை என்னுடன் பகிர்ந்து கொண்டார். இனி வரும் காலங்களில் பத்திரிகை தரம், பத்திரிகை ஆசிரியர்களின் வாசிப்பு ரசனை இதனை கருத்தில் கொண்டு தான் கதைகளை அனுப்ப வேண்டியதாக அமையும் என்று கருதுகிறேன். இக்கதைக்கும் வழக்கம் போல, என்னுடைய நண்பர்கள் பலரும் உற்சாகமான விமர்சனங்களை என்னுடன் பகிர்ந்து கொண்டனர்.

இந்த கதைத் தொகுப்பு என்னுடைய நான்காவது கதை தொகுப்பு. தேவிபாரதி என்னுடைய கதையின் மீது கொண்டுள்ள விமர்சனம், அவருக்கு எனது கதைகள் மீது அலாதியான விருப்பம் இருக்கின்றது என்பதை விட வாசிப்புமுறைக்கும் அப்பால் வேறொன்றை அதாவது கவிதையின் இயங்குதளத்தை போல அமையும் படிமம் சிறு கதையிலும் அவருக்குத் தேவைப்படுகிறது என்று நினைக்கிறேன். 2010 ஜனவரி 30 மற்றும் 31 ஆகிய இரு நாட்களில் ஏற்காட்டிற்கு

சென்று சிறுகதையை செம்மை செய்வது குறித்த கருத்தரங்கத்தில் கலந்து கொண்டேன். அமர்வில் எனது மஞ்சள் நிற பைத்தியங்கள் என்கிற கதை செம்மைப்படுத்தப்பட்டது. எனக்கும் கே.என். செந்திலுக்கும் மேல்நோக்கு எழுத்தாளராக நண்பர் தேவிபாரதியும், கவிதாவும் இருந்தனர். அவர்களுடன் கதையைக் குறித்து பேசாமல் வேறு வேறு விஷயங்களைப் பற்றி தான் அதிகமாக பேசினோம். குறிப்பாக ஏற்காட்டிலுள்ள மசால்வடை, காலிபிளவர் போன்டா, டீ போன்ற அம்சங்களைப் பற்றி. ஒரு குட்டிபிசாசு எழுத்தாளனைக் கடந்து போகும் போது தான் கதை அவனிடம் உருவாகிறது என்ற கருத்தை கவிதாவும், செந்திலும், தேவிபாரதியும், நானும் அப்போது மனப்பூர்வமாக ஒப்புக்கொண்டிருந்த சமயம். இதே கருத்தைத் தான் பின்னாளில் நண்பர் பா. வெங்கடேசனுடன் பகிர்ந்து கொண்டது எனக்கு மிகவும் மகிழ்ச்சியாக இருந்தது.

இருந்த போதிலும் செம்மை என்ற அளவில் நண்பர் நஞ்சுண்டனின் பணி தமிழில் குறிப்பிடப்பட வேண்டியதாகும். அவர் தனது செம்மை பணியை மேலைநாட்டு பாணியில் கொண்டுவர விரும்புகிறார். அது நடைமுறைக்கு வர குறைந்தபட்சம் ஏற்காட்டு உயரத்திற்கு தமிழ் எழுத்தாளர்களின் வாழ்வியல் ஆதாரம் உயர வேண்டும். ஒயின்ஷாப்புக்கும், செல்ஃபோனுக்குமே ஒரு எழுத்தாளனின் துட்டுப்பாடு சரியாக இருக்கிறது. இத்தொகுப்பிலுள்ள இதற்கிடையில் ஒரு பெண் என்கிற கதையும் அவரால் செம்மை செய்யப்பட்டது தான். பெங்களூரில் ஒரு முறை ஒரு அமர்வு ஒன்றை நடத்திக்கொள்ளலாமென்று திட்டமிட்டிருந்தோம். துர திருஷ்டம் எந்த எழுத்தாளனை விட்டுவைத்தது. இந்த இருகதை களை தனித்தனியாக வாசிக்கும் போது அதனளவில் ஏற்பட் டிருக்கும் மாற்றங்களை உணர்கிறேன்.

இக்கதைகள் வெளியான காலத்தில் கதைகளைப் பற்றிய கருத்துக்களையும், அபிப்பிராயங்களையும், விமர்சனங்களையும் பகிர்ந்து கொண்ட நண்பர்கள் தேவிபாரதி, சுரேஷ்குமார் இந்திரஜித், சமயவேல், கடற் கரை, நஞ்சுண்டன், கவிதா, எம். கோபாலகிருஷ்ணன், என். ஸ்ரீராம், கே.என்.செந்தில், கோவை. கருணாகரன், மதுரை வெங்கட், திருமங்கலம் செந்தி, ஸ்ரீஷங்கர், திருச்செந்தாழை ஆகியோருக்கும் என்றும் அன்பும் நன்றியும். நண்பர் நஞ்சுண்டனின் அன்பிற்கும் அவரது செம்மை குழுவிற்கும் எனது நன்றியும் வணக்கமும். வழக்கம் போல இக்கதைகள் எழுதும் போது, எனது சூழலை எழுதுவதற் கானதாக மாற்றி அமைப்பதில் பங்குகொண்ட மஞ்சுளா காதம்பரிக்கும், மலர்விழிக்கும் எனது நன்றி.

இத்தொகுப்பிலுள்ள மூன்று கதைகள் மட்டுமே இதுவரை பிரசுரம்

கண்டிராதவை. இடம் என்கிற கதை நாவில் சுட்ட வடு என்கிற பெயரில் ஆனந்தவிகடனில் வெளியானது. தொடர்ந்து விகடனில் என்னுடைய கதைகளை பிரசுரம் செய்வதற்கான வாய்ப்புகளை உருவாக்கித் தரும் மானா பாஸ்கர் அவர்களுக்கும் ந.கதிர்வேலன் அவர்களுக்கும் என்றென்றும் எனது நன்றி. ஒரு கதையை பிரசுரம் செய்து முடித்த பிறகும், என்னுடன் அவர்கள் நட்பார்ந்து பேசுவதும், என் வாழ்வின் மீதான அக்கறையில் ஈடு பாட்டோடு பேசுவதுமே அவர்களுடன் இணக்கம் கொள்ளச் செய்கிறது. இதே போல நண்பர் சுந்தரபுத்தன். மன சோர்வுற்று எழுதாமல் இருந்த சில நேரங்களில் புத்தனின் தொடர்ந்த உரையாடல் மூலம் எழுதுவதற்கான உற்சாகத்தைப் பெற்றிருக்கிறேன். இக்கதைகளை பிரசுரம் செய்த அகநாழிகை பொன்.வாசுதேவன், உயிரெழுத்து சுதிர்.செந்தில், காலச்சுவடு பொறுப்பாசிரியர் தேவி பாரதி, உயிர்மை மனுஷ்ய புத்திரன், அடவி தி. முரளி ஆகியோருக்கு எனது நன்றி.

நவீன தமிழ்ச் சிறுகதை தனது சொல்லல் முறையின் மூலம் தன்னைப் புதுப்பித்துக்கொண்டுள்ளது. சொல்லுதல் என்பதே, அல்லது சொல்லும் முறை என்பதே ஒரு சிறுகதையின் நவீனத்துவம் என்ற அடையாளம் குறிக்கப்படுகிறது. அவ்வகையில் இத்தொகுப்பில் உள்ள 11 கதைகளும் தனது கதை சொல்லுதல் முறையின் மூலம் புதிய கூறும் முறையையும் மொழியையும் கொண்டுள்ளது தன் அளவில். இக்கதையில் வரும் நிலவெளிகள் புதிய பிராந்தியத்தை சித்திரிப்பதோடு இயங்கும் காலமும் தன்னளவில் மாயத்தன்மையுடனும் எதார்த்தத்தின் விளிம்பில் நின்று அதன் பதட்டத்தை தருபவையாகவும் அமையப்பெற்றுள்ளது. காலமும் வெளியும் தனது அந்தரங்கமான விசிறியை தனக்கேயுரிய தன்மையோடு முகங் காட்டியும் மறைத்துக்கொண்டுள்ளது. நடந்து முடிந்த காலத்தின் இருப்பிடம் ஓர் ஸ்தூலமாகவே அமைந்திருக்கவேண்டும். பதிலாக தெளிவாக வரைபடம் போல கதைகளில் இடம் பெற்றிருப்பது ஒரு வகையில் அதன் சிறப்பம்சமே.

எஸ்.செந்தில்குமார்

(2010ஆம் ஆண்டு வெளியான முதற்பதிப்பின முன்னுரை)

மறையும் முகம்

வேளாங்கன்னி திரும்பவும் தனது அம்மாவின் ஊருக்கு வந்து சேர்ந்த போது அவன் தன்னிடம் ஆட்டுக்குட்டிகளுடன் அமர்ந் திருக்கும் இயேசுவின் சித்திரத்தை கேட்பாளென்று நினைத்திருக்க வில்லை. கிறிஸ்டோபர் அவளுக்கு அந்த சித்திரங்களை வெவ்வேறு வடிவங்களிலும் நிறங்களிலும் வாங்கித் தந்திருக்கிறான். வேளாங் கன்னி தனது கணவனை இழந்து குழந்தையோடு திரும்பவும் ஊருக்கே வந்துவிடுவோம் என்று எப்போதும் எண்ணியதில்லை. அதே போலதான் நீருற்றுநாதர் தேவாலயத்தில் அதிசயம் நடக்க வுள்ளது தனக்காகத்தான் என்பதையும் அவள் அறிந்திருக்க மாட்டாள்.

கிறிஸ்டோபர் அவள் கேட்ட சித்திரங்களை வாங்கித் தந்துவிட வேண்டுமென ஆசைப்பட்டான். ஏசுநாதர் வளைந்த குச்சியுடன் பாறை மேல் அமர்ந்திருக்கிற படங்கள் அவர்களது வீட்டில் இருந்தது. அந்தப் படம் தேவாலயத்திற்குச் சென்ற போது வாங்கியதுதான். அந்தப் படத்திலிருந்த ஆட்டுக்குட்டியையும் ஏசுநாதரையும் தனித்தனியாகப் பிரித்து விட்டாள் வேளாங்கன்னி. ஆட்டுக்குட்டிகள் இருந்தப் படத்தை வேறொரு இடத்தில் ஒட்டி வைத்துவிடுவாள். வேளாங்கன்னிக்கு சிலுவையைச் சுமக்கும் ஏசுநாதர் படம் பிடிக்காது. ஆட்டுக்குட்டியுடன் இருக்கும் ஏசுநாதரை எங்குபார்த்தாலும் வாங்கி விடுவாள். அவளது அறையில் நிறைய்ய ஆட்டுக்குட்டிகள் இருந்தன. புத்தகங்களுக்குள்ளிருந்த ஆட்டுக் குட்டிப் படங்கள் கீழே விழுந்து அவளது அறை முழுதும் கிடந்தன. எத்தனை ஆட்டுக்குட்டிகள், எத்தனை ஏசுநாதர்கள், அந்த வீட்டில் இருக்கின்றன என்று யாருக்கும் தெரியாது. கர்த்தரையும் ஆட்டுக் குட்டிகளையும் பிரித்துப் பிரித்து வைத்ததால்தான் என்னவோ அவளது வாழ்வும் இப்படியாகப் போய்விட்டது என்று சகாயமேரி டீச்சர் புலம்பித் தவித்தாள்.

கிறிஸ்டோபருக்கு என்ன செய்வதென்று தெரியவில்லை. இருந்த போதிலும் அவளிடம் தேவாலயத்திற்குச் சென்று வரலாமா என்று கேட்டான். அவளும் சரி என்றாள். அவர்கள் அதற்குப் பிறகு வந்த ஞாயிற்றுக்கிழமை காலையில் தேவாலயத்திற்குச் சென்றனர். முதன் முதலாக அவர்களுடன் தேவாலயத்திற்குச் சென்ற தினம் கிறிஸ்டோபருக்கு இப்போதும் ஞாபகத்தில் இருந்தது. அன்று சகாயமேரி டீச்சர் வீட்டுப்பிள்ளைகள் மூவரும் பொம்மை ரயில் பெட்டிகள் போல ஒன்றன்பின் ஒன்றாக அழகாக வாசலில் நின்றிருந்த அந்த காலை நேரத்தை அவனால் எப்போதும் மறக்க முடியாது. டீச்சர் வீட்டுப்பிள்ளைகள் தேவாலயத்திற்குச் செல்லுவதற்கான ஆடைகளையும் சூடிக்கொள்ள வேண்டியப் பூக்களையும் முன்கூட்டியே தீர்மானித்துவிடுவார்கள். சகோதரிகள் மூவரும் தேவதைகளைப் போல நடந்து செல்லுவார்கள். சிரிப்பும் பேச்சும் பேருந்தில் ஏறி அமரும்வரை அவர்களுடன் கூடவே வரும். அந்த சிரிப்பும் பேச்சும் தேவாலயத்திற்குள் நுழைந்தவுடன் நின்று விடும். கண்ணீர் வழிய அவர்களது பிரார்த்தனையின் மௌனம் ஒரு சித்திரமாக தீட்டப்பட வேண்டியது என்று பலமுறை பாதிரியார் சொல்லியிருக்கிறார்.

தேவாலயத்தில் அவர்கள் செல்லுவதற்கு சில தினங்களுக்கு முன்பாகத் தான் ஒரு அற்புதம் நடந்து முடிந்திருந்தது. அங்கிருந்த ஏசுநாதர் சிலையின் காலடியில் நீருற்று உண்டாகியிருந்தது. தேன் சுவை ஒத்த நீர் பாவங்களை அகற்றவல்லது என்றும் நோய்களை போக்கக்கூடியதென கூட்டமாக ஜனங்கள் வந்திருந்தனர். டீச்சருக்கு இந்த தகவலைச் சொல்லியது கிறிஸ்டோபரின் அம்மா பேபி மரியாள்தான்.

வேளாங்கன்னியும், கிறிஸ்டோபரும் ஒரே பள்ளிக்கூடத்தில் சகாயமேரி டீச்சர் வகுப்பில்தான் படித்தார்கள். வேளாங்கன்னிக்குப் படிப்பே வராது. பள்ளிப்படிப்பு முடியும் வரை மந்தமாகவே இருந்தாள். நீரூற்றுநாதர் தேவாலயத்திற்குப் போய் வந்ததிலிருந்து வேறொரு வேளாங்கன்னியாக மாறிவிட்டாள். அவள் எப்போதும் மக்கு வேளாங்கன்னியாக இருந்ததில்லை. அவளுக்கும் அறிவிருக்கத்தான் செய்தது. கல்லூரியில் அதிக மதிப்பெண்கள் வாங்கக் கூடிய முதல் மூன்று பெண்களில் அவளும் ஒருத்தியாக வந்துவிட்டாள். டீச்சருக்கு நீருற்று அதிசயத்தை விட வேளாங்கன்னியின் மதிப்பெண்கள் அதிசயம் தரக்கூடியாத அமைந்து விட்டது.

ஆட்டுக்குட்டிகளின் படங்களை டீச்சர் முன் அவன் தைரியமாக விலை பேசியதைப்பார்த்து டீச்சரின் மூன்றாவது மகள் பால்கனி அவனைக் கேலி செய்தாள். சொல்லிக்கொடுத்த டீச்சருக்கு ஏதும் மரியாதை இருக்கா. டீச்சரு முன்னாடியே அவங்க பிள்ளைகளோட சிரித்துப் பேசுறேயே என்று அவனை வம்பு செய்தாள். டீச்சரும் வேளாங்கன்னியும்

அதையெல்லாம் பொருட்படுத்திக் கொள்ளவில்லை. பேருந்தில் ஏறிக் கொண்டதும் இருவருக்கும் ஒரே மாதிரியான எண்ணங்கள் உருவாகியிருந்தது. கிறிஸ்டோபரை தனது மருமகனாக டீச்சரும், தனது கணவனாக வேளாங்கன்னியும் நினைத்தபடி ஊர் வந்து சேர்ந்தனர். டீச்சரை விட அவள் தான் கிறிஸ்டோபர் மீது கற்பனைகளை வளர்த்துக் கொண்டிருந்தாள். அந்த கற்பனைகளையெல்லாம் யாரோ தெரிந்துவைத்துக் கொண்டு நடக்கக்கூடாதென சபித்து விட்டார்கள்.

தேவாலயத்திற்குக் கிளம்பும் போது டீச்சர் தன் பிள்ளைகளுடன் வாசலுக்கு வந்து நின்றுகொண்டார்கள். கிறிஸ்டோபர் அவர்களது முகத்தைப் பார்த்துத் திரும்பிக் கொண்டான். அவனைப் பார்க்கும் போதெல்லாம் டீச்சருக்கு சிரிப்புதான் வரும். ஏனென்றேத் தெரியாத சிரிப்பு அது. தன்னிடம் படித்தப் பிள்ளைத் தனக்கு மருமகனாக வரப்போகிறான் என்பது கூட அவளுக்கு சிரிப்பை வரவழைத்திருக்கலாம். டீச்சர் அவனிடம் வேளாங்கன்னி வேலைப் பார்க்கின்ற பள்ளிக்கூடத்தில் வேலை வாங்கித் தருவதாகச் சொன் னாள். வேளாங்கன்னியுடன் வேலை பார்ப்பதற்கு வெட்கப்பட்டுக் கொண்டு கிறிஸ்டோபர் தனக்கு வேலை வேண்டாமென டீச்சர் கேட்கும் போதெல்லாம் சொல்லிவிடுவான். கிறிஸ்டோபருக்கும் ஆசையிருந்தது. வேளாங்கன்னியுடன் வேலைக்கு போகவும் பிள்ளைகளுக்கு பாடம் சொல்லித்தரவும் பரீட்சைப் பேப்பரைத் திருத்தி சிவப்பு மையில் மார்க் போடுவதையும் விரும்பினான். கூடவே ஒரே குடையின் அதுவும் நீலநிறக்குடையின் நிழலில் நடந்து தேவா லயத்திற்குச் செல்வதையும் அவன் விரும்பினான். கிறிஸ்டோபரின் அப்பா ஊரில் புத்தகக்கடை வைத்திருந்தார். கடைக்கு வராத புத்தகங்களே இல்லை. கிறிஸ்டோபரை கடையில் உட்காரவைத்து விட்டார். கிறிஸ்டோபர் கல்லூரி முடித்து விட்டு முதுகலைப் படிக்க வேண்டுமென்று ஆசைப்பட்டான். அவனது அப்பா புத்தகக் கடை யிலேயே உட்கார வைத்துவிட்டார். புதியதாக வந்து கொண்டிருந்த பத்திரிகைகளையும், வார இதழ்களையும் டெபாசிட் கட்டி வாங்கி விற்றுக் கொண்டிருந்தார்கள். மேட்டிலிருந்து பள்ளத்திற்கு நீர் இறங்குவது போலவும், பள்ளத்திலிருந்து சற்று மேடான பகுதிக்கு அதே நீர் தேங்கித் தேங்கி கடந்து போவது போலவும் புத்தகக்கடை வியாபாரம் போய் கொண்டிருந்தது. பேபிமரியாளிற்கும் சகாயமேரி டீச்சருக்கும் ஒரு ஆசை இருந்தது. அவர்களது வாழ்க்கையில் ஒரே ஒரு ஆசையும் அதுவாகத்தான் இருக்கமுடியும். டீச்சரின் பிள்ளைகளில் மூத்தவளான வேளாங்கன்னியை கிறிஸ்டோபருக்கு திருமணம் செய்து வைக்கவேண்டும் என்று அவர்கள் இருவரும் நினைத்தார்கள். அவர்கள் நினைப்பதெல்லாம் நடக்கக்கூடாது என்ற சாபம் இருந்தது போல.

கிறிஸ்டோபரின் அப்பா இறந்து போனதும் வேளாங்கன்னிக்கு வேறு ஒரு மாப்பிள்ளை பார்த்து திருமணம் முடிந்ததும் ஒன்றன்பின் ஒன்றாக நடந்துமுடிந்தது. ஏன் என்றேத் தெரியவில்லை. அவர் களுக்கு தயக்கமாகவே இருந்தது. ஆரம்பத்திலிருந்த குதூகலத்திற்கு மாறாக மனம் மாறிவிட்டதை டீச்சர் தெரிந்து கொண்டு தனது இரு பிள்ளைகளில் ஒருத்தியை மணம் முடிக்கலாமென தீர்மானித்து விட்டாள். கிறிஸ்டோபருக்கு வருத்தம் தான் என்ற போதிலும் ஏனோ அவனும் தீர்மானத்திற்கு சம்மதித்தவனாகத்தான் இருந்தான். பிறகு தான் பள்ளிக்கூடத்திற்கு வேலைக்குப் போவதாக சொன்னான்.

வேளாங்கன்னிக்கு திருமணம் முடிந்தப்பிறகு அவள் நீரூற்றுநாதர் தேவாலயத்திற்குச் செல்லவில்லை. டீச்சர் வீட்டில் சுவர்களில் ஒட்டியிருந்த ஆட்டுக்குட்டிகளும் இயேசுநாதரும் காணாமல் போய்விட்டார்கள். அவள் கணவனின் ஊருக்குப்போகும் போது கிறிஸ்டோபரின் நினைவுகளுடனும் கசிந்துருகிய கண்களுடனும் தான் போனாள். தெய்வக்கனியும் பால்கனியும் அவளை சமாதானம் செய்து வைத்தார்கள். சகாயமேரி தனது மூத்தப் பிள்ளையிடம் அன்று கோபமாக பேசினாள். வேளாங்கன்னியின் வாழ்க்கை சந்தோசமாக இருக்க வேண்டுமென பிரார்த்தித்து காணிக்கைகளை இட்டது வீணாகிவிடாது என்ற அவளது கோபம் பிரார்த்தனையின் போது கண்ணீராக வழிந்தது.

வேளாங்கன்னியின் திருமணத்திற்கு வரமுடியாத பாதிரியார் வாழ்த்து செய்தியும் கூடவே பரிசுப் பொருளும் அனுப்பித்தந்தார். அந்த பரிசுப் பொருளை சற்றுத் தாமதமாக கணவனின் ஊருக்குப் போய் ஒரு பகல் பொழுதில் பிரித்துப் பார்த்த போது அழுதே விட்டாள் வேளாங்கன்னி. கண்ணாடிப் பெட்டியினுள் வர்ணங் களால் தீட்டப்பட்ட இயேசுநாதரும் ஆட்டுக்குட்டிகளும் கிறிஸ்டோபரின் முகத்தோடு தெளியத்தொடங்கியது. அவள் நாள் தோறும் தனது கிறிஸ்டோபரின் ஞாபகமாகவே இருந்தாள். பிறகு தனக்கு முதல் கரு உண்டான போது எல்லாவற்றையும் மறந்துவிட்டு கணவனுடன் குடியிருக்கும் வீட்டை அலங்கரிப்பதிலும் அருகாமை வீட்டிலுள்ளவர்களுடன் பழகுவதுமாக தன்னை மாற்றிக் கொண் டாள். சகாயமேரியும் அவளது கணவர் ராயரும் அவளை பார்க்கச் சென்ற போது கிறிஸ்டோபரைப் பற்றி ஒரு வார்த்தையும் பேசாமல் இருந்தது டீச்சருக்கு சந்தோசத்தைத் தந்தது. டீச்சர் தன் பிள்ளையின் வீட்டிற்குள் நுழைந்ததுமே புரிந்து கொண்டாள். அவர்களது வீட்டில் அப்போது ஆட்டுக்குட்டிப் படங்களெதுவும் இல்லை. பாதிரியார் தந்த பரிசு கூட அட்டைப்பெட்டியில் வைத்து எங்கோ கிடப்பதாகச் சொன்னாள் வேளாங்கன்னி. கர்த்தர் தங்களுக்கு சேரவேண்டிய சந்தோசத்தை பிரிக்காமல் வைத்திருக்கிறார் என்று பாதிரியாரிடம்

சொல்லி காணிக்கையிட்டாள் சகாயமேரி. பிரசவத்திற்கு அவளை ஊருக்கு அழைத்து வந்த போது அவள் மிகவும் உடல் பருத்துவிட்டாள் என்று பேபிமரியாள் சொன்னாள்.

முதல் குழந்தைப்பிறந்த போது காணிக்கையிடுவதற்குக் கூட வேளாங்கன்னி தேவாலயத்திற்குச் செல்லவில்லை. அந்த தேவா லயத்தின் வாசலில் விற்கப்படும் சித்திரங்கள் தன்னை கேலி செய்யும் என்று பயந்திருந்தாள். உண்மையும் அது தான். அந்த தேவாலயத்திற்கு வருகிற விற்பனையாளர்கள் அனைவருமே வேளாங்கன்னியைப் பார்த்தும் ஆட்டுக்குட்டியுடனிருக்கும் இயேசுநாதரைத் தான் எடுத்துத் தருவார்கள். சிலர் அவளுக்கென பிரத்யேகமாக மறைத்துவைத்திருந்து வீட்டிற்கு வந்து கூட தருவார்கள். அவள் கிறிஸ்டோபர் இல்லாமல் படத்தை வாங்கவும் அவன் ஞாபகத்தைத் தரும் படத்தை சுவரில் தொங்கவிடவும் விருப்பமில்லாமல் அவளிருப்பது சித்திரங்களுக்கு தான் செய்யும் துரோகம் போல இருக்குமென தேவாலயத்திற்குச் செல்லவில்லை.

அந்த சித்திரங்களை விற்பவர்களுக்கு அவளது கணவன் இறந்தது தெரிந்துதான் இருந்தது. இருந்தபோதிலும் எதற்காகவோ தேவா லயத்திற்கு வந்து சேர்ந்தாள். விற்பனையாளர்கள் யாரும் எதுவும் பேசவில்லை. துக்கமும் கசப்பும் கலந்துவிட்ட அவளது முகத்தை நிமிர்ந்து கூட பார்க்க முடியாதவர்களாக தலைகுனிந்தபடி அமர்ந் திருந்தனர். சகாயமேரி டீச்சர் இதையெல்லாம் கவனித்தபடி தான் தேவாலயத்திற்குள் நடந்து சென்றார்கள். வேளாங்கன்னியின் கணவன் இறந்த சிறிது நாட்களுக்குப் பிறகு இங்கு வந்திருந்த போது அவர் களில் ஒருவன் உணர்ச்சி கொண்டவனாக வேளாங்கன்னியை கிறிஸ்டோபர் திருமணம் செய்து கொள்வான் என்றும் அவள் திரும்பவும் ஞாயிற்றுக்கிழமை பிரார்த்தனைக்கு வரும் போது பூக்களைச் சூடிக்கொண்டு வருவாள் என்றும் கண்ணீர் விட்டபடி கூறியதை நினைவு கொண்டாள். அப்படி சொன்ன சித்திர விற்பனையாளன் கண்ணீரை தலைகுனிந்தபடி இயேசுவின் சித்திரத்தின் மேல் உதிர்த்துக் கொண்டிருந்தான்.

சித்திரம் விற்பவன் சொல்லிய அதே இரவில்தான் தெய்வக்கனியும் சகாயமேரி டீச்சரிடம் முடிவாக சொல்லிவிட்டாள். ஏன் தனது மகள் இப்படி பேசுகிறாள் என்ற கோபத்தில் ஜெபமாலையுடன் கர்த்தரின் திருவுருவத்திற்கு முன் அமர்ந்துவிட்டாள் டீச்சர். தெய்வக்கனி தன்னுடைய கல்லூரிப் படிப்பை முடித்து விட்டு தினச்சம்பளத்திற்கு வங்கிக்குச் சென்று கொண்டிருந்தாள். அவள் கிறிஸ்டோபரை மணமுடிக்க இயலாது என்றும் வேளாங்கன்னிக்கு அவனை திருமணம் செய்து வைக்க வேண்டுமென்றும் சொன்னாள்.

டீச்சர் அவள் சொல்லியதை நம்பமுடியாதவளாக இருந்தாள். கோபத்தில் தெய்வக்கனியைத் திட்டினாள். தனது ஸ்நேகிதி மரியாளிடம் இதைச் சொல்வதற்குத் தயக்கமாக இருக்கிறது என்று ராயரிடம் சொன்னதும் அவர் வேளாங்கன்னியைதான் அவன் திருமணம் செய்து கொள்ளவேண்டும். அவள் சொல்லுறதிலே என்ன குத்தம் கண்டுப் பிடிச்சே இப்போ. உன்னோட ஸ்நேகிதமெல்லாம் இவ்வளவு தானா. வெறும் பேருக்குத்தானா. என் பிள்ளை ஒருத்தியை வீட்டுல இப்படி வைச்சுட்டு எப்படி நீ அவனுக்கு இன்னொருத்திய கல் யாணம் செய்யப்பேசலாம் என்று ஆத்திரத்தில் பேசினார் ராயர். டீச்சருக்கு என்ன பேசுவது என்று தெரியவில்லை. தனது ஸ்நே கிதியின் மகனுக்கு வேளாங்கன்னியைத் திருமணம் செய்து வைக்க வேண்டுமென்பது தான் அவளது விருப்பமும் பிரார்த்தனையுமாக இருந்தது. இருந்தபோதிலும் கணவனை இழந்த அமங்கலியை கிறிஸ்டோபருக்குத் தர சம்மதிக்கவில்லை அவள். கிறிஸ்டோபருக்கு உண்மையிலேயே ஆசையிருந்தது. அவள் சம்மதித்துவிட்டால் தான் திருமணம் செய்து கொள்ளலாமென்று நினைத்தான். அவனைப் போலத்தான் அவளது அம்மாவும் பேபிமரியாள் தனது ஸ்நேகிதி யின் மகள் குழந்தையுடன் துணையற்று கஷ்டப்படுவதைப் பார்த்து எப்படி அவளிடம் கேட்பது என்று தான் தயக்கமாக இருந்தாள். வேளாங்கன்னி தன் கணவன் மேல் கொண்ட பிரியத்தை விடவா தன் மகனின் மீது கொண்டிருப்பாள் என தயங்கிவிட்டாள். உண்மை யிலேயே கிறிஸ்டோபரின் மேல் இன்னமும் உயிராகத் தான் இருந்தாள் வேளாங்கன்னி. அவள் அவனோடு திருமணம் செய்து கொள்ள ஏனோ விரும்பாதவளாக இருந்தாள்.

அதற்குப் பிறகான நாட்களில் தொடர்ந்து ராயர் தன் மனைவியை திட்டிக்கொண்டே தான் இருந்தார். இடையில் நிறுத்தியிருந்த பழக்கத்தையெல்லாம் அவர் மீண்டும் புதுப்பித்துக் கொண்டார். எப்படியாவது வேளாங்கன்னியை அவனுக்கு திருமணம் செய்து வைத்துவிடவேண்டுமென ராயர் குடித்துவிட்டு தினமும் சண்டை யிட்டார்.

“ஓஹோ இதெல்லாம் உம்மோட ஏற்பாடுதானா. உனக்கென்னய்யா தெரியும். நீர் பாட்டுக்கு மிலிட்டரியிலிருந்து வருஷத் திற்கு முப்பதுநாள் படுத்தெந்திரிச்சுட்டுப் போகுறதுக்கு வந்தவருதானய்யா. பிள்ளைக்கு சுகவீனமாகி நாங்க பட்டபாடெல்லாம் கர்த்தருக்குத்தான் தெரியும். கர்த்தருதான் ஏங் ஸ்நேகிதியா வந்துவாச்சிருக்கா. நாங்க எங்கபிள்ளைகள் சந்தோச மாட்டும் இருக்கட்டுமின்னு நினைக்கிறது தப்பா. நீர் என்ன சம்பாதித்து கொண்டாந்து கொட்டீனீரு. குடிச்சுப்போட்டு சலம்பல் செய்தது தெல்லாம் மறந்து போயிதான் பேசுறீறா. அந்த பேப்பர் கடை

மனுஷன் இல்லையென்ன என் பிள்ளைகளை காப்பாத்த முடியுமா சொல்லுமய்ய. அந்த வீட்டுக்கு என் பிள்ளைகளை மருமக்களா அனுப்பனுமினுன்னு நினைச்சது வாஸ்தவந்தான். அதுக்காக கைப்பிள்ளையோடு இருக்கிறவளை எப்படி நான் என் ஸ்நே கிதிக்கு இந்தா உன் மருமகள்ன்னு அனுப்பமுடியும்.

ராயர் ஒன்றும் பேசவில்லை. அவர் இனி பேசமாட்டார் என்பதைப் புரிந்து கொண்ட தெய்வக்கனி கத்திப்பேசத் தொடங்கினாள். கோபத்தில் என்ன பேசுகிறோம் என்பதை அவளால் அறிந்து கொள்ளமுடியவில்லை. ஏதேதோ பேசுகிறோம் என்பதை மட்டும் தெரிந்து கொண்டாள். சகாயமேரி டீச்சர் அவளிடம் தன்னை கர்த்தர் சோதிக்கத் தொடங்கிவிட்டார். அவர் தனது சந்தோஷத்தையெல்லாம் திரும்பவும் எடுத்துக் கொண்டு தன்னை நிர்கதியாக்கி விட்டார் என்று அழத்தொடங்கி விட்டாள். அந்த அழுகையோடு தன் வாழ்வில் யாரிடம் கெஞ்சியிராத வகையில் தனது ஸ்நேகிதியின் மகனுக்கு தெய்வக்கனி இல்லையென்றால் பால்கனியை திருமணம் செய்து தாருங்கள் என்று ராயரிடம் மண்டியிடாதக் குறையாக கேட்டாள். அவர்கள் யாரும் டீச்சரின் குரலை பொருட்படுத்தவில்லை.

சகாயமேரி டீச்சர் நேராக தனது ஸ்நேகிதியின் இல்லத்திற்குச் சென்று விட்டாள். மரியாளிடம் வேளாங்கன்னியை உன் மகனுக்குத் திருமணம் செய்து கொள்கிறாயா என்று கேட்பதற்கு தயக்கமாக இருந்தது. மரியாள் தேநீர் குடித்துவிட்டு பாத்திரங்களைக் கழுவிக் கொண்டிருந்தாள். தேநீரின் நறுமணம் அவளை சற்று பதட்டத்தைக் குறைக்கச் செய்தது. தனது ஸ்நேகிதியிடமிருந்து தேநீரை வாங்கி பருகினாள். மரியாள் தன்னிடம் வேளாங்கன்னியின் திருமணத்தை கேட்கமாட்டாளா என்று ஆசைப்பட்டாள்.

டீச்சர் வீட்டில் நடந்த எல்லாவற்றையும் சொல்லிமுடித்தாள். மரியாள் கர்த்தரின் படத்தின் முன்னின்று சப்தமாக அழுதாள். தங்களது வாழ்நாளில் ஒரே ஒரு பிரார்த்தனையும், ஒரே ஒரு ஆசையும் நிறைவேறட்டும். இதுதான் உமது கிருபையானால் நாங்கள் ஏற்றுக் கொள்கிறோம் என்று அழுதாள். அவர்கள் இருவருமே சம்மதித் தவர்களாக வேளாங்கன்னியிடம் கேட்டனர். ஆனால் அவள் கிறிஸ்டோபரைத் திருமணம் செய்து கொள்ள முடியாது என்று சொல்லிவிட்டாள். ஏன் என்று கேட்டதற்கும் அவளால் பதில் சொல்லமுடியவில்லை. திரும்பத்திரும்ப டீச்சர் ஏன் முடியாது என்று மட்டும் கேட்டுக்கொண்டே இருந்தாள். தனக்கும் அவனுக்கும் திருமணம் நடந்துமுடிந்துவிட்டால் யாருடைய வாழ்விலாவது துரதிருஷ்டம் தொடர்ந்தபடியிருக்குமென முடியவே முடியாது என்று மறுத்துவிட்டாள். கிறிஸ்டோபருக்கு தன்னை விட அதிர்ஷ்டம்

வாய்த்தவள் வரவேண்டுமென்றும் அந்த அதிர்ஷ்டசாலிகள் தனது சகோதரிகள் தான் என்று சொன்னாள் வேளாங்கன்னி. டீச்சர் தெய்வக்கனி சொல்லியதைச் சொல்லியதும் தான் பேசிப்பார்ப்பதாக சொன்னாள். இருவருமே தங்களது திரும ணத்தை விட அக்காவின் திருமணத்தின் மீது தான் ஈடுபாடு கொண்டிருந்தனர். கிறிஸ்டோபர் நிச்சயமாக திருமணத்திற்குச் சம்மதிப்பான் என்று வேளாங்கன்னி யிடம் சொன்னார்கள்.

தெய்வக்கனி அவனைத் திருமணம் செய்து கொள்ளக்கூடாது என்பதில் பிடிவாதமாக இருந்தாள். தனது சகோதரிக்கு திருமணம் நடக்கவேண்டுமென அந்தரங்கமான நேசித்த கிறிஸ்துவை விட்டுக் கொடுத்துவிட்டாள். அவளுக்கு அதற்குப் பிறகு திருமணம் பேசி முடித்தார்கள். அடையாளம் தெரியாத வேறு யாரையோ அவள் மணந்து கொண்டு வெளியூருக்குப் போனாள். அவர்களது உறவினர்கள் கூட ஏன் இந்த கிறுக்குப்பிள்ளை கிறிஸ்துவை வேண்டா முன்னு சொல்லுது என்று அவளை திட்டினார்கள்.

அந்த நாட்களிளெல்லாம் வேளாங்கன்னி தனியாக உட் கார்ந்து கொண்டு அழுவது யாருக்கும் தெரிந்திருக்கமுடியாது. கிறிஸ்டோபரை மூவரும் அதிகப்படியாக நேசித்ததைத் தவிர வேறு எந்த குற்றமும் அவர்கள் செய்திருக்கவில்லை. கிறிஸ்டோபர் தன்னிடம் ஒரு நாளாவது தவறுதலாக ஏதாவது பேசியிருப்பானா அல்லது தனது சகோதரிகளுடனாவது தவறுதலாக ஏதாவது நடந் திருப்பானா. பெயரை அழகாகச்சொல்லி அழைப்பதில் சந்தோசம் கொண்டவன் தானே நம்ம கிறிஸ்டோபர். ஏன் அக்கா அவனை வேண்டாம் என்று சொல்லுகிறாய் என பால்கனி கேட்டபோது அவளால் பதிலேதும் சொல்லமுடியவில்லை. ஏன் நீ அவனை திருமணம் செய்துகொள்ளேன் என்று பதிலுக்கு அவளை கோபித்துக் கொண்டாள். அவளும் அவனைத் திருமணம் செய்ய மறுத்துவிடுவதில் பிடிவாதமாக இருந்தாள். தனது அக்காள் ஒரு நாள் நிச்சயம் கிறிஸ்துவைத் திருமணம் செய்து கொள்வாள் என்று நம்பினாள்.

பிறகு டீச்சர் தான் அவனுக்குப் பெண் பார்க்க வேண்டுமென முடிவு செய்தார்கள். பாதிரியார் அவனுக்கு ஆசிர்வாதம் செய்த போது சீக்கிரமாக கல்யாணம் நடக்கனுமினு ஆசீர்வாதம் பன்னுங்க என்றாள். பாதிரியாரும் அப்படித் தான் ஜெபித்தார். அப்போது கூட தன்னை மணந்து கொள்ள வேளாங்கன்னி சம்மதிப்பா ளென்று பிரார்த்தித்தான் கிறிஸ்டோபர். அவனுக்குத் தயக்கமாக இருந்தது. வேளாங்கன்னியுடன் சினிமாவைப் பற்றி பேசுவதைப் போலவோ பாடப்புத்தகங்களைப் பற்றி பேசுவதைப் போலவே திருமணத்தைப் பற்றி பேசுவது சுலபமானதில்லை என்று தெரிந்து கொண்டான்.

கிறிஸ்டோபருக்கு பெண் பார்த்துவிட்டார்கள். அவனுக்கு கருத்தப்பிள்ளை தான் அமைந்தது. கண்கள் மட்டும் அவ்வளவு அழகு. பார்த்துக் கொண்டேயிருக்கலாம் என்று டீச்சரே பெண்ணைப் பற்றி வர்ணித்ததும் வெட்கத்துடன் தனது அம்மாவை அவன் கோபித்துக் கொண்டான். இனி தனக்கு வேளாங்கன்னியைத் திருமணம் செய்துகொள்வதற்கான கொடுப்பினையில்லையெனத் தெரிந்ததும் தன் மனைவியின் பெயர் ரோஸ்மின்கமலம் என்று அவன் மனதிலும் காகிதங்களிலும் எழுதிக்கொள்ளப் பழகினான். ரோஸ்மின்கமலம் தட்டச்சு செய்வதில் மாநில அளவில் முதல் பரிசு பெற்றவள். அவளைப்பார்க்கச் சென்ற போது முதலில் கிறிஸ்து அவளது கைவிரல்களைத் தான் பார்த்தான். அதிகம் வளர்த்திராத நகத்தினுள் தெரிந்த ரத்தச்சிவப்பு நிறம் அவனை மயக்கம் கொள்ளச் செய்தது. டீச்சர் அவனுக்காக பிரார்த்தனை செய்தாள். நிம்மதியையும் சந்தோசத்தையும் தரவல்ல கர்த்தரே இனியும் தாமதிக்காதியும் என வேண்டினாள்.

ரோஸ்மின்கமலம் கிறிஸ்துவை சந்திப்பதற்கென ஊருக்கு வந்தாள். அவனிடம் ஏற்கனவே தேவாலயத்தில் கிறிஸ்துவை சந்தித்திருப் பதாகச் சொன்னாள். கிறிஸ்டோபர் ஆச்சரியப்பட்டவனாக அவளுக்கு குளிர்பானம் வாங்கித் தந்தான். கிறிஸ்டோபர் அப்போது கூட அவளது கண்களைப் பார்க்கவில்லை. அவள் குடித்துவிட்டுத் தந்த டம்ளரை வாங்கி கீழே வைத்தான். டம்ளரை கொடுக்கும் போதி ருந்த பதட்டம் முழுமையாக அவனுக்குக் குறைந்திருந்தது.

“கிறிஸ்டோபருக்கு ஒரு சங்கதியை சொல்லனுமிட்டு நேரடி யாக வந்தேன்”

“சரி சொல்லுங்க”

"என்ன வாங்கப்போங்கன்னுட்டு மரியாதையெல்லாம் எனக்கு வேண்டாம். ரோஸ்மின் கமலங்கிறப் பெயரை எப்படி வேணுமினாலும் கூப்பிடுங்களேன்”

“சரி.”

“உங்க டீச்சர் அத்தை எங்ககிட்டே வந்து எல்லாம் சொல் லிட்டாங்க. நான் கொஞ்சம் அவகாசம் வேணுமினுன்னு கேட் டேன். டீச்சர் ஏன்னு கேட்டாங்க. நான் யோசிக்கனுமினு சொன் னேன். சரி யோசின்னாங்க. என்னைப் பத்தி யோசிக்கிறதுக்கு ஒன்னுமில்லை. நான் கிறிஸ்ட்டோபர். மன்னிக்கனும் பெயரை சொல்லிட்டேனா. யோசிக்கனுமினுன்னு சொன்னது உங்களைப் பத்தித்தான்னு சொன்னேன். நீயே போய் நேரா பேசிக்கோன்னு அனுப்புச்சிட்டாங்க.

நாங்க எப்போவோ முடிவு பன்னிட்டோம். நீர்தான் எனக்கு மோதிரம் மாட்ட போறவர்ன்னு. என்ன பேச்சைக் காணோம். “எனக்கும் தெரியும். நீங்க மறுக்கமாட்டீங்கன்னு. ஒரு மனசு உள்ளுக்குள்ளச் சொல்லுச்சு”

“ஓ.. தேவாலயத்துக்குப் போயி தொடர்ந்து ஜெபம் பன்னுவீகளா”

“அப்படியெல்லாம் இல்லையே. ஞாயிற்றுக்கிழமை மட்டும்தான் நாங்க ஊற்றுநாதரைப் பார்க்க வருவோம்”

“வர்றதெல்லாம் உம்ம பிரியம்தான். இவ்வளவு நம்பிக்கையா சொல்லுறீங்களே அதான் கேட்டேன்”

"உங்க மனசிலை ஆசையிருந்தது எனக்குத் தெரியும்”

"இன்னும் என்ன கிறிஸ்டோபருக்கு என் மேல் இவ்வளவு மரியாதை. டீச்சர் வீட்டுப்புள்ளைகளை விட்டுட்டு என்னையை கல்யாணம் செய்யுறதில் வருத்தமில்லையே” என்று கேட்டதும் கிறிஸ்டோபர் அமைதியாக இருந்தான். அவர்கள் இருவருமே ஒன்றும் பேசவில்லை. உண்மையிலேயே அதற்கு என்ன பதில் சொல்வது என்று தெரியாதவனாக நின்றிருந்தான். கமலம் அவன் பேசாமல் இருந்ததை விரும்பியவளாக மனதில் தனது அந்தோனியருக்கு நன்றி ஜெபித்துவிட்டு ஊருக்கு வந்து நாள் குறிக்கச் சொன்னாள். கிறிஸ்டோபர் ரோஸ்மின்கமலம் திருமணத்திற்கு தெய்வமும், பால் கனியும் வந்திருந்தனர். அவர்கள் இருவரும் எல்லாம் மறந்தவர் களாக மேடையில் ஏறி நின்று கொண்டனர். அவர்களது சிரிப்பையும் கிறிஸ்டோபருடன் பேசிய வார்த்தைகளையும் கவனித்தபடிதான் இருந்தாள் டீச்சர். அப்போது கூட தன் பிள்ளைகளின் மேலிருந்த கோபம் குறைந்திருக்கவில்லை. ஏன் தன் பிள்ளைகள் அவன் மேல் இவ்வளவு பிரியங்களை வைத்துக்கொண்டு திருமணத்திற்கு மறுக்கின்றனர் எனக் கோபப்பட்டாள்.

திருமணத்திற்கு பாதிரியார் வந்திருந்தார். அவர் பரிசுப் பொருளை கையில் ஏந்திப்பிடித்திருந்த விதத்தில் ஏதோ அர்த்தமிருந்தாக எல்லோரும் சொன்னார்கள். கமலத்தின் கையில் தான் பரிசைத் தந்தார். அன்றைய இரவில் தம்பதிகள் இருவரும் பரிசைப் பிரித்த போது ஆச்சரியமாக இருந்தது. அவர்கள் பார்த்தது அன்னை மரியாள் தன் கையில் சிசுவை வைத்திருந்த சித்திரத்தைத் தான். சிவப்பும் பச்சையும் கூடிய அந்த சித்திரத்தை அவர்களது படுக்கை யறையிலேயே வைத்திருக்க வேண்டுமென சகாயமேரி டீச்சர் சொல்லிவிட்டார்கள். கிறிஸ்து இரவில் ஆணியைத் தேடிக்கொண் டிருந்தான். கமலம் அவனிடம் உன்னால் படத்தை நேராக மாட்ட முடியாது. இந்த இரவை கடந்துவிட்டால்

தான் உன்னால் என் கண்களையே பார்க்கமுடியும் என்று வம்பு பேசினாள். அதன் பிற்பாடு அவன் சித்திரத்தை வைத்துவிட்டு அவளது கண்களைப் பார்க்க எதிரே நெருக்கமாக உட்கார்ந்து கொண்டான்.

சிவப்பும் பச்சையுமான அந்த சித்திரத்தை இப்போது கூட கடைக்காரர்கள் வைத்திருந்தனர். அந்த சித்திரத்தை பார்த்ததும் கிறிஸ்டோபருக்கு தனது மனைவி சொல்லியது தான் ஞாபகத்திற்கு வந்துவிடும். அவள் வேளாங்கன்னியின் குழந்தையைப் பார்த்துக் கொள்வதற்கென வீட்டிலேயே இருந்து விட்டாள். அவள் தன் பிள்ளையின் மேல் இவ்வளவு பிரியமாக இருக்கிறாளேயென வேளாங்கன்னி எல்லோரிடமும் சொல்லிக் கொண்டிருந்தாள். பதிலுக்கு டீச்சர்தான் சொன்னாள். அவனை போலதான் அவனுக்கு துணையும் அமைஞ்சிருக்கு.

கர்த்தரே இதுவெல்லாம் நீர் எனக்கு அளிக்கும் தண்டனை யானால் அதை ஏற்றுக்கொள்கிறேன் என் பிதாவே என்று கண்களை மூடிக்கொண்டு தேவாலயத்திற்குள் நுழைந்த போது மனதில் பிரார்த்திக்கொண்டாள். கல்கட்டிடத்தின் குளிர்ச்சி அவளது மனதி லிருந்த பழைய சம்பவங்களை ஞாபகப்படுத்திக் கொண்டிருந்தது. பிறகு அவள் பாதிரியார் இருக்கும் அறைக்குச் சென்றாள். பாதிரி யார் அவளை நீரூற்றைப் பார்க்க உனக்கு இப்பொழுது ஆர்வமாக இருக்கிறதா என்று கேட்டார். அவளும் ஆமாம் என்றாள். எப்படி தனது மனதிலிருக்கும் ஆசையை சரியாகச் சொல்கிறாரென அவரைப் பார்த்தார். உனக்கு ஒரு அதிசயம் தெரியும் போ போய் பார் என்று அனுப்பி வைத்தார். அதற்கு முன் தன் கணவனுடன் வந்திருந்த போது தண்ணீர் முன் நின்று முகம் பார்த்திருக்கிறாள். நீரில் அவளது முகத்துடன் இணைந்து கணவனது முகமும் தெரியவில்லை . சிறிய தாக ஊறி கையளவு கிடக்கும் தண்ணீரில் யாராவது ஒருவரது முகம் மட்டும் தெரியும். அதற்காக ஏன் வருத்தப்பட வேண்டுமென அவளது கணவன் அன்று சொல்லியது நினைவிலிருந்தது.

கர்த்தரின் காலடியில் அனைவரும் மண்டியிட்டு வணங்கி னார்கள். நீரூற்று வட்டவடிவத்தில் பெரிய அளவிலான மண் கிண்ணம் போல இருந்தது. அதில் வேளாங்கன்னி தனது முகத்தைப் பார்த் தாள். முகம் பார்த்துவிட்டு திரும்பியவள் தற்செயலாக கவனித்ததில் தனது கணவனின் முகம் தெரிவதை பார்த்தாள். இன்னொரு முறை கவனித்தாள். நீரூற்றில் தான் பார்ப்பது உண்மையிலேயே தனது கணவனது முகம் தானா என்ற ஐயம் உண்டானது. வியப்புடன் திரும்பத்திரும்பப் பார்த்துக்கொண்டேயிருந்தாள். பிறகு வேளாங் கன்னி பாதிரியாரிடம் தான் கண்டதைச் சொன்னாள். பாதிரியார் அவளை அருகாமையில் அழைத்து அதிகாலையிலேயே நீரூற்றில்

அவளது கணவனின் முகத்தை கண்டுவிட்டதாகவும் எப்படியாவது அவளும் இதைப்பார்க்க வரவேண்டுமெனப் பிரார்த்தித்ததாகவும் சொன்னார். அவள் அழுதபடி இன்னொரு முறை தனது கணவனின் முகத்தைப் பார்க்கலாமா என கேட்டாள். பாதிரியார் அவளின் கையைப்பிடித்து அழைத்துச் சென்ற போது கிறிஸ்டோபர் நீரூற்றைப் பார்த்துவிட்டு திரும்பி கொண்டிருந்தான். அவனைக் கடந்து பாதிரியாருடன் வேளாங்கன்னி சென்றாள். அவள் கிறிஸ்து அழுத கண்களுடன் செல்வதைப்பார்த்தாள். தனது கணவனின் முகத்தைப் பார்த்துவிட்டு அழுதபடி செல்கிறான் என நினைத்தவள் வேகமாக சென்றாள். நீருற்றில் அவள் தனது முகம் ஒரு மலரைப் போல மிதந்து கொண்டிருப்பதைப் பார்த்தாள். கூடவே தனது கண் களிலிருந்து கண்ணீரின் துளி விழுவதையும் பார்த்தாள்.

அம்மாவின் காதல் கடிதங்கள்

அம்மாவின் காதல் கடிதங்கள் படிக்கக்கிடைத்த போது தேணு காவைப் போலவே அம்மாவும் துர்பாக்கியமடைந்தவளாக வீட்டில் இருந்தாள். பல வருடங்களுக்கு முன்பே கடிதங்களைத்தேடி எடுத்து வாசித்திருந்தேன். இருந்தபோதிலும் தேணுகாவுடன் ஆச்சரியமாக முதன்முதலாகப் பார்ப்பது போல பொய்யாக நடித்தபடி படித் தேன். வீட்டின் துக்கத்தில் பொய்யாக நடிப்பதும் ஆச்சரியத்தை வரவழைப்பதும் மனத்திற்கு வேதனையாக இருக்கிறது. தேணுகாவின் கணவர் விபத்தில் மரணமடைந்து முப்பது தினங்கள் முடிந்து விட்டன. நேற்றிரவு அவளது ஊரிலிருந்துப் புறப்பட்டு வந்து விட்டாள். இனி மேல் இந்த வீட்டில் தான் இருக்கப்போகிறாள்.

தேணுகாவின் திருமணத்திற்கு வாங்கியப்புடவைகள் எனக்கு மிகவும் பிடிக்கும். எனக்கு கிடைத்தப் பாசிப்பயறு பச்சைக்கலர் புடவையும் கத்தரிப்பூ கலர் சுடியும் நன்றாக அமைந்துவிட்டது. சட்டையும் சுடிதாரும் தைத்தது கூட உடம்புக்கு ஏற்றது போல இருந்தது. என்னுடைய சுடியை ஒரு முறை அணிந்து விட்டுத் தருகிறேன் என்று அடம் பிடித்தாள் தேணுகா. இதற்கு அர்த்தம் என்னவென்று எனக்குத் தெரியும். அப்பா தான் இதை கண்டுப் பிடித்தது. அப்படியே அந்த டிரெஸ்ஸை வைத்துக்கொள்வாள். அபேஸ் செய்து திரும்பத்தரமாட்டாள். உங்க ஊரில் போய் இதே போல வாங்கிக்கொள் என்று தர மறுத்துவிட்டேன். அப்பா அவளை சமாதானம் செய்துவைத்தார்.

வைகாசி மாதத்தில் திருமணம் நடந்தால் உடனே ஆடியும் தீபாவளியும் வந்து விடும். தேணுவும் அவளது கணவனும் பண்டிகைக்கு வந்துவிடுவார்கள் என்று அப்பா சொன்னார். அம்மா அவளை

விட்டுப் பிரிந்திருக்கப் பழக வேண்டுமெனச் சொன்னாள். அப்போது கூட நாங்கள் நினைத்திருக்கவில்லை தேணுகா திரும்பவும் வீட்டிற்கு வந்துவிடுவாள் என்று. இந்த வீட்டில்தான் இருக்கப்போகிறாள் என்று யாரும் நினைத்திருக்கவில்லை. எங்கள் வீட்டுக்கே உண்டான துரதிருஷ்டம் அவளைத் தொடரத்தான் செய்தது.

தேணுகா என் அறையில் தற்சமயம் இருக்கட்டுமென முடிவு செய்தார்கள். அப்பாவினால் தீர்மானமாக யோசிக்க முடியவில்லை. குழப்பங்களாலும் நிம்மதியில்லாததாலும் ரத்த அழுத்தம் கூடிப்படுத்துக்கிடந்தார். அவர் ஏற்கனவே ஒரு முறை இதயவலியினால் அவதிப்பட்டு தீவிர சிகிச்சைப் பிரிவில் வைத்தியம் செய்து திரும்பியவர். இப்போதும் அவருக்கு பாதுகாப்பும் கண்காணிப்பும் வீட்டில் இருக்கிறது. அவரது சந்தோசமும் நிம்மதியும் முழுமையாக இல்லையென்றாலும் சிறிது சிறிதாக அவரிடமிருந்து விலகி சென்றபடி இருந்தது.

அப்பாவிற்கு உணவுகளை தயாரித்துக்கொண்டு அவரை எழுப்பினாள் அம்மா. அவர்கள் இருவருக்குமே முகம் கருத்துப் போய் இருந்தது. குழந்தைகளைப் போல அமர்ந்து பேசிக்கொள்வார்கள். தேணுகா பலமுறை அவர்கள் பேசுவதை உறங்குவதைப் போல படுத்துக்கொண்டு கேட்டிருக்கிறாள். என்னிடம் சொல்வாள் அப்பாவைப் போல ஒருத்தர் எனக்கு கணவனாக கிடைத்தால் போதும் இப்படி நினைத்தது தான் தவறு போல. நண்பனாகவும் ஆசானாகவுமிருக்கும் அப்பாவைப் போன்று கணவன் வேண்டுமென எந்தப்பெண்ணும் நினைக்ககூடாது போல. தேணுகாவின் கணவர் விபத்தில் மரணமடைந்ததற்கு எங்கள் வீட்டுக்கே உண்டான துரதிருஷ்டமோ இல்லை அவளது துரதிருஷ்டமோ எதுவென்று தெரியவில்லை.

அரிசி கஞ்சியின் மணம் அறையில் சூடாகப் பரவியது. அப்பா மதிய நேரத்தில் சாப்பிடும் மருந்துகளை எடுத்துக்கொண்டு அருகே சென்று அமர்ந்து கொண்டேன். கண்களில் சிவப்பாக வரி வரி யான கோடுகள் இருந்தன. நீ சாப்பிட்டயா என்னிடம் கேட்டதும் சாப்பிட்டேன் என்று சொல்லமுடியாமல் தலையை மட்டும் ஆட்டி னேன். எனது அறையில் தேணுகா உறங்கிக்கொண்டிருந்தாள். இன்னமும் எழுந்திருக்கவில்லை.

அவள் தூங்கிக்கொண்டேதான் இருக்கிறாள். ஏன் என்று தெரியவில்லை. வெறும் நெற்றியும் கழுத்தைப் போர்த்தியபடி படுத்திருப்பதைப் பார்க்கும் பொழுது வேதனையாக இருக்கிறது. தயவுசெய்து அவளது சந்தோசத்தைத் திருப்பித் தந்துவிடுங்கள் என்று யாரிடமாவது கெஞ்சி அழவேண்டும் போல இருக்கிறது.

அப்பா கஞ்சியை குடித்துவிட்டு என்னிடம் மாத்திரைகளை

வாங்கிக்கொண்டார். அம்மாவுக்கு தூக்கம் வருவதே இல்லை. விழித்துக்கொண்டு தான் ராத்திரி நேரம் கூடப்படுத்திருக்கிறார். ஏதாவது ஒரு சத்தம் கேட்டால் உடனே எழுந்து முன் அறையில் விளக்குகளைப் போட்டுவிடுகிறார். கைவிளக்கை எடுத்து பூட்டி யிருக்கும் கதவுகளை சரி பார்ப்பார். ஏன் இப்படி இரவு வேளை களில் சத்தத்திற்குப் பயப்படுகிறார் என அம்மாவிடம் கேட்டால் அவளும் பயந்தவளாகத் தான் அக்கா இருக்காள்ளே அதான் என்று பதில் சொல்கிறாள்.

தேணுகா இப்படி எப்போதும் உறங்கியது இல்லை. ஏன் அமைதியாக கூட இருந்ததில்லை. பள்ளிக்கூடத்தில் படிக்கும் போது எப்போதும் வீட்டில் ஒரு கூட்டமிருக்கும் கல்லூரிக்குப்போகும் போதும் அதே போல தான் சதா நேரமும் பேசிக்கொண்டும் சிரித்துக்கொண்டும் பூந்தோட்டத்தில் மலர்ந்திருக்கும் ஒற்றை ரோஜாவின் முகத்தை போல திரிவாள். ஏன்டீ உனக்கென்ன பதினாறு அடியா முடி. சீவிக்கிட்டே இருக்கேன். நீ பாட்டுக்கு போய்கிட்டே இருக்கே ஏன்டீ உன்னோட ஃபிரண்ட்ஸ்ஸோடு அமைதியா பேசமாட்டயா என்று அம்மா திட்டாத நாட்கள் கிடையாது. திருமணத்தில் மண்டபத்தின் மேடையில் அவளைச் சுற்றியிருந்த கூட்டத்தில் மாப்பிள்ளை வீட்டுக்காரர்கள் யாரும் மேடையேற முடியவில்லை .

அக்கா இப்போது தனியாக இருக்கிறாள். அவள் தனியாக இருக்கவே விரும்புகிறவள் போல அருகே யாரேனும் வந்தால் உடனே விலகி வேறு இடத்திற்குச்சென்று விடுகிறாள். தனியாக படுத்துக்கொள்வதும் தனியாக அமர்ந்து தினசரி வார இதழ்களைப் படிப்பதுமாக இருக்கிறாள். எங்களுடன் சாப்பிடாமல் தனியாக அறையிலேயே சாப்பிடுகிறாள். தன்னுடன் யாரும் இருக்கக்கூடாது என்று முடிவு செய்து விட்டாள்.

அக்காவிற்கு அம்மாவின் காதல் கடிதங்களை படிப்பதற்கென தந்தால் ஒரு வேளை அவளது இப்போதைய குணம் மாறிவிடும் என்று கடிதங்களை எடுத்துத்தந்தேன். அவள் வெறுப்புற்றவள் போல வேண்டாம் என்று மறுத்துவிட்டாள். அவளது கண்ணில் படும் இடத்தில் வைத்துவிட்டு சென்றுவிட்டேன். இரவு நேரங்களில் நிச்சயமாகப் படிப்பாளென்று நினைத்தேன்.

கடிதம் அந்த இடத்திலேயே அப்படியே இருந்தது. எங்கள் அப்பா ஆசை ஆசையாக எழுதிய காதல் வாக்கியங்கள் அது. எழுதப்பட்ட காலத்தில் அந்த காகிதத்திற்கு இருந்த அர்த்தங்கள் இப்போதும் இருக்கிறது. கௌரவத்தோடு இப்போது மின் விசிறிக்காற்றில் அசைந்து கொண்டிருந்தது.

தேணுகாவிற்கு கடிதங்களைப் படிப்பதில் மனபூர்வமாக விருப்பம்

இருக்கத்தான் செய்யும். எங்களது முன்னால் படிப்பதில் வெட்கம் இருக்கக்கூடுமென கடிதத்தை இப்போது தான் கண்டெடுத்தது போலவும் புதிதாகப் படிப்பது போல பொய்யான நடிப்பில் படித்தேன். என் நடிப்பை அவள் பொய்யென்று நினைத்து விடக்கூடாது. அக்காவின் முன் நடிக்கிறோமே என்ற வேதனை உண்டானது. கடிதத்தை படிப்பதை நிறுத்தச் சொல்லி கையில் வாங்கிக்கொண்டாள். அக்கா இனி எந்த சந்தர்ப்பத்திலாவது படித்துவிடுவாள். நிச்சயம் அவளது தனித்திருக்கும் குணம் மாறிவிடும் என்று நினைத்தேன். எங்கள் வீட்டுக்கே உண்டான துரதிருஷ்டமோ இல்லை அம்மாவின் துர்பாக்கியமோ எதுவென்று தெரியவில்லை. தலைகீழாக எல்லாம் மாறிவிட்டது.

காதல் கடிதங்களை படிப்பதற்கென்று ஓர் அதிஷ்டம் வேண்டும். முதன் முறையாக அம்மாவின் காதல் கடிதங்களை எடுத்துப்படித்த போது எனக்கும் யாராவது காதல் கடிதங்கள் எழுதக்கூடாதா என்ற ஏக்கம் தான் வந்தது. இந்த எண்ணம் ஒரு நொடிதான் பிறகு மறைந்து விடும். அப்பாவைப் போல நட்பாக பேசவும் வாழ்வை கற்பிக்கவும் கணவன் கிடைத்து விட்டால் போதுமே. இந்த உலகில் வாழ்வதற்கு வேறென்ன வேண்டும்.

கல்லூரி விடுமுறை சமயத்தில் தற்செயலாகப் புடவைகளை தேடும் சமயத்தில் அம்மாவின் மர பீரோவிலிருந்த கடிதங்களை எடுத்துப் படிக்கத் தொடங்கினேன். அம்மா எவ்வளவு அழகானவள் என்று திருமணப் போட்டோவிலும் எங்கள் சிறுவயதில் எடுத்துக்கொண்டப் புகைப்படங்களிலும் பார்த்திருக்கிறேன். அதை எப்படிச் சொல்வது என்று தெரியாமல் எனது தோழிகளிடம் அழகு, அவ்வளவு அழகு என்று முடித்து கொள்கிற அறிவு மட்டும் தான் என்னிடம் இருந்தது. அப்பா அவ்வளவு அழகையையும் எழூத்தாக்கியிருக்கிறார். அவரது காதல் கடிதங்களில் வரிக்கு வரி அம்மா சிரித்துக் கொண்டே யிருக்கிறாள்.

அம்மாவும் அப்பாவும் திருமணம் செய்து கொண்டு மூன்று வருடங்கள் வேறுவேறு ஊர்களில் வேலை பார்த்திருக்கின்றனர். அம்மா பஞ்சாயத்து யூனியன் ஆபிஸில் தட்டச்சராகவும் அப்பா கூட்டுறவு வங்கியில் எழுத்தராகவும் நூற்றிஐம்பது கிலோமீட்டர் தூர இடைவெளியில் வேலை செய்திருக்கின்றனர். மனு மேல் மனு போட்டு பிறகு இடமாற்றம் கிடைத்து ஒரே ஊரில் ஒரே வீட்டில் வாழத்தொடங்கினார்கள். அவர்கள் இருவரும் நிச்சயமாக மனு எழுதியிருக்கமாட்டார்கள். இப்படி அழகாக எழுதும் காதல் கடிதத்திற்காகவே மூன்று வருடம் இடைவெளியில் வசித்திருக்கிறார்கள் போல.

அம்மாவின் காதல் கடிதத்தில் ஏதாவது ஒரு இடத்தில் வெறுப்பை

எரிச்சலை கோபத்தை அப்பா எழுதியிருக்கட்டுமே. அவ்வளவு அழகு என்று சொல்கிறேனே அதை தூரத்திலிருந்து ஒளிந்துப் பார்த்து எழுதுவது போல எழுதியிருக்கிறார்.

கடிதம் கைக்குக்கிடைத்த சமயம் அக்காவின் திருமணம் முடிந்துவிட்டது. அவளில்லாமல் வீடும் நாங்களும் கவலையாக இருந்தோம். அம்மாவின் கவலையை அப்பாவினால் தீர்க்க முடிய வில்லை. அந்நேரத்தில்தான் கடிதத்தை படித்துக்காட்டினேன். அப்பாவும் அம்மாவும் தங்களது கவலைகளை மறந்தவர்களானார்கள். எப்போதும் போல குழந்தைகளாகி பேசிக்கொள்வதும் சிரித்து விளையாடிக் கொள்வதுமாக மாறிவிட்டனர். கடிதத்தை கண்டுப்பிடித்ததற்கென எனக்கும் கடிதத்தை எழுதியதற்காக அப்பாவிற்கும் அம்மா முத்தம் தந்தாள்.

அம்மாவிடமிருந்து அவ்வளவு எளிதில் முத்தம் வாங்கிக் கொள்ள முடியாது. தேனுவிற்கும் எனக்கும் முத்தம் வாங்குவதற்குப் போட்டியே நடக்கும் போட்டியின் விதிமுறைகள் எவ்வளவோ இருக்கிறது. முத்தத்திற்கும் வாழ்க்கைக்கும் அதிஷ்டம் வேண்டும் என்பது உண்மை தான். காய்ச்சல் மாதாந்திர வயிற்றுவலி உபாதை, மண்டைவலி என்று படுத்துவிட்டால் அனுசரணைக்குக்கூட முத்தம் தரமாட்டாள். அவளது முத்தத்தைப் பெற பெரும் போராட்டமே நடத்த வேண்டும். முத்தம் வேண்டும். முத்தம் வேண்டும். முத்தம் தரும் வரை போராடுவோம். போராடுவோம் என்று சாப்பிடாமல் இருந்திருக்கிறோம். அம்மா எதற்கும் தன்னுடைய விதிமுறைகளை மாற்றிக்கொண்டதே இல்லை.

தன் சந்தோசத்தை சொல்வதற்குத் தான் முத்தம் தருகிறாள் என்று கண்டுப்பிடித்துவிட்டோம். ஆனால் முத்தம் பெற்றுக்கொள்வதில் எந்த தயக்கமும் வெட்கமும் கிடையாது அவளுக்கு. எங்கள் முன்பாக அப்பா முத்தமிடும் முறையே தனி. ஓட்டப்பந்தயத்தில் கண் மூடி திறப்பதற்குள் வீரர்கள் முந்திக்கொண்டு கடப்பது போல இருக்கும் அந்தக்காட்சி.

தேனுகா கடிதத்தைப் படித்துவிட்டாள். காய்ந்து போன உதடுகளில் அவள் சிரிப்பு ஒட்டியிருந்ததில் தெரிந்து கொள்ள முடிந்தது. சமையலறைக்குச் சென்று அம்மாவிடம் ஒரு டம்ளர் பால் வேண்டும் என்று கேட்டாள். கல்லூரிக்கு போகும் போதிருந்த அந்த குரல் வந்துவிட்டது. இனி தேனுகுட்டி தேறிவிடுவாள் என்றாள் அம்மா. அம்மா தான் அக்காவிற்கு முத்தம் தருவாள் என்று எதிர்பார்த்து நின்றேன். தேனுகா அம்மாவிற்கு முத்தம் தந்தாள். அம்மா ஒன்றும் பேசவில்லை .

தேனுகா எங்களுடன் இரவு சாப்பாட்டிற்கு வந்தமர்ந்த போது தலை சீவி முடித்திருந்தாள். நீல வர்ண பச்சையில் சேலை உடுத்தி யிருந்தாள்.

இட்டிலியும் தேங்காய் சட்டினியும் சாம்பாரும் சாப்பிட்டு முடிக்கும் வரை எங்களுக்கு அதிஷ்டமிருந்தது என்று தான் சொல்லவேண்டும். பிறகு எங்கள் வீட்டுக்கே உண்டான துரதிருஷ்டம் வரத்தொடங்கியது.

அப்பாவிற்கு நடு இரவில் இதயவலி உண்டானது. அம்மாவுடன் நாங்கள் துரதிருஷ்டத்தை கையிலேயேப் பிடித்துக்கொண்டு மருத்துவ மனைக்குப் போனோம். சற்றுமுன்பு தான் இறந்திருக்கிறார் என்று டாக்டர் சொல்லிவிட்டார். தேணுகா அம்மாவின் கடிதத்தை கொஞ்ச நாட்களுக்கு முன் படித்திருக்கக்கூடாதா. கொஞ்சம் நாட்கள் அவளது சிரிப்பையும் அவளது பேச்சையும் அப்பா கேட்டுக்கொண்டிருப்பாரே.

அம்மா துர்பாக்கியவதியாக வீட்டில் இருந்தாள். அப்பா இருந்த அறைக்குள் நுழையவே அவள் விரும்பவில்லை. எனது அறையில் எங்களுடன் படுத்துக்கொண்டாள். தேணுகா சமைக்கத் தொடங்கியதும் அம்மா யாருடனும் பேசாமல் அறைக்குள்ளே கிடந்தாள். தனக்கு வந்த கடிதங்களை அவள் தட்டச்சு செய்வது போல விரல்களை அசைத்து அசைத்து படித்துக்கொண்டிருந்தாள். வேறு எதுவும் படிக்க மறுத்தாள். தனியாகவும் அமைதியாகவும் இருக்கவேண்டுமென யாருடனும் பேசவில்லை. கடிதம் படித்துக்கொண்டே சாப்பிடத் தொடங்கினாள். அவள் கூந்தலும் உதடுகளும் உலரத்தொடங்கியது. அவளிடமிருந்து இனி ஒரு போதும் முத்தங்களைப் பெறவே முடியாது என்று தெரிந்தது.

அதிஷ்டமும் துரதிருஷ்டம் சூழ்ந்த வீட்டில் அம்மா எங்களுடன் இடைவெளியோடு இருந்தாள். திருமணம் செய்த கொண்ட புதிதில் 150 கிலோ மீட்டர் தூர இடைவெளியில் அவள் அப்பாவை விட்டுப்பிரிந்து இருந்த போது எப்படி கடிதத்தை ஆவலோடு படிப்பாளோ அப்படித்தான் படித்தாள் தினமும். நாங்கள் எதுவும் அவளை சொல்லவில்லை. ஒவ்வொரு வேளையிலும் சாப்பிடுவதற் காக காத்திருந்தோம். அப்படி ஒரு நாள் காத்திருந்த போதுதான் தேணுகா என் திருமணத்திற்கு முன்பே அம்மாவின் காதல் கடிதங் களைப் படித்துவிட்டேன் என்று என்னிடம் சொன்னாள்.

என்னைத் தொடர்ந்து வாருங்கள்

வே.த.சாம்புநாராயணன் எழுதிய வேம்பு தேடிய புதையல் என்கிறப் புத்தகம் எங்களுக்கு கிடைத்த போது நாதமுனி மாமா மட்டும் பம்பாய்க்கு கிளம்பிக் கொண்டிருந்தார். மதுரவள்ளி அத்தை எங்களுடன் இருக்கப்போவதாகவும் விடுமுறை முடிந்ததும் அழைத்துக்கொண்டு செல்வதாகச் சொன்னார். அத்தை எங்களுடன் இருக்கப்போகிறார்கள் என்றதும் எங்களுக்கு சந்தோசம். அத்தைதான் எனக்கும் காயத்திரிக்கும் புதையல் கதைகளை அறிமுகம் செய்து வைத்தது. புதையல் கதைகளை யார் எப்போது எழுதியது என்று தூக்கத்தில் கேட்டாலும் மதுரவள்ளி அத்தை கண்ணை மூடிக்கொண்டு சொல்லி விடுவாள். வேம்பு தேடிய புதையலை அத்தையிடம் தந்து அபிப்ராயம் கேட்டோம். அவள் இந்த கதையை விட பெரியநாயகி எழுதிய பொய்புதையல் கதைதான் நன்றாக இருக்கும் என்று சொல்லிவிட்டாள். புதையல் கதைகளிலேயே சிறந்த கதை எதுவென அவளால் மட்டும்தான் சொல்ல முடியும் என்று எங்களுக்குத் தெரியும். பொய் புதையல் கதையை அதற்குப்பிறகுதான் நாங்கள் படித்து முடித்தோம்.

சாம்புநாராயணனின் புத்தகத்தை கையில் எடுப்பதற்கே பயமாக இருந்தது. கதையைப் படிப்பதற்கு எங்களுக்கு விருப்பம்தான். ஆனால் பொய் புதையலை விட நன்றாகயிருந்து இதுவரை எங்கள் மனதிலிருந்த துருவனின் இடம் போய்விடுமோ என்ற கவலைதான் இப்போது வந்தது. பொய்புதையல் கதையை நாங்கள் மூன்று முறை படித்திருக்கிறோம். மதுரவள்ளி அத்தையின் சிபாரிசில் நாதமுனி மாமாதான் புத்தகத்தை வாங்கிக்கொண்டு வந்தது. பம்பாயில் அச்சிடப்பட்ட புத்தகம் அது.

இந்த துருவனும் உங்க மாமாவும் ஒன்னு. எப்போ பாரு புதையல் பணம் புதையல் பணமின்னு அலையுறாங்க. மாமா ஊருக்கு கிளம்புகிற

நேரத்தில் அவரை அத்தை கிண்டல் செய்தாள். அதற்கு மாமா இரண்டு லெட்சம் பணத்தை ஏற்பாடு செய்து வையி என்றார்.

அத்தை நான் என்ன புதையலா கண்டெடுத்து வைச்சிருக்கேன் என்று சிரித்துக்கொண்டே பதில் சொன்னார்கள். அதற்கு மாமா புதையல் எடுப்பயோ இல்லை புத்திலிருந்து எடுப்பயோ எனக்கு பணம் அவசரம். ஆமாம். சொல்லிட்டேன் என்றார். அவரது பேச்சில் கோபமிருந்தது. எங்கள் முன் கோபத்தைக் காட்டக்கூடாது என்பதற்காக அத்தையும் மாமாவும் சிரித்துக்கொண்டே பேசினார்கள்.

மாமாவும் அத்தையும் பம்பாயில்தான் இருக்கிறார்கள். மாமாவிற்கு அங்கிருக்கும் ஹிந்திகாரரிடம் வேலை. அவர்கள் இருவரும் எங்களுக்கு முழுபரீட்சை லீவு சமயத்தில் வந்துவிடுவார்கள். எப்போதுமே முழுபரீட்சை லீவிலேயே வருகிறீர்களே மாமா. எப்படி எங்களுக்கு லீவு விடுவது உங்களுக்குத் தெரியும் என்று கேட்டோம். அவர் அதற்கு நான் வேலை பார்க்கும் சேட்டிடம் ஹிந்தி காலண்டர் ஒன்று உள்ளது. அதில் உனது பள்ளிக்கூடத்துப் பெயரைச் சொல்லி எப்போது லீவு என்று கேட்டால் உடனே சொல்லிவிடும் என்றார்.

மாமா பொய் எல்லாம் சொல்லாதீர்கள் என்றோம். அவர் உண்மைதான் என்று மதுரவள்ளி அத்தையின் மேல் சத்தியம் செய்தார். அத்தையின் மேல் சத்தியம் செய்தால் உண்மைதான். நாங்கள் நம்பிவிட்டோம். அந்த காலண்டரை அடுத்த முறை வரும் போது கொண்டுவருவதாக சொன்னார். அதற்குப் பிறகு நான்கு முறை வந்து சென்றிருக்கிறார்கள். காலண்டரை கொண்டுவரவேயில்லை.

ஏன் மாமா இப்படி எங்களை ஏமாற்றுகிறீர்கள் என்று கேட்டோம். மாமா காலண்டர் ஹிந்தியில்தான் பேசும். உங்களுக்குத்தான் ஹிந்தி தெரியாதே. என்ன செய்வது என்று கவலைப்பட்டார். உண்மைதானே. எங்களுக்குத் தான் ஹிந்தி தெரியாதே. பிறகு அவரே ஒவ்வொரு முழுபரீட்சை லீவுக்கும் வரும் போது எங்களுக்கு ஹிந்தி சொல்லித் தருவது என்று யோசனையும் சொன்னார்.

மாமாவுக்கு நிறைய வேலையிருந்தது. எங்களுக்கு ஹிந்தியெல்லாம் சொல்லித்தர எங்கே நேரமிருக்கப் போகிறதென்று நினைத்தோம். ஆனால் அவர் ஒவ்வொரு தடவையும் வரும் போது நாள் ஒன்றுக்கு ஐந்து ஹிந்தி வார்த்தைகள் சொல்லிக் கொடுத்தார். நாங்களும் மனப்பாடம் செய்து கொண்டோம். காலண்டர் அதிகமாக பேசும் வார்த்தை எது என்று கேட்டதற்கு மாமா நான் சென்று கொண்டிருக்கிறேன் என்றார்.

அத்தை ஒவ்வொரு தடவையும் பம்பாயிலிருந்து புத்தகங்கள் வாங்கிக்கொண்டு வருவாள். புதையல் வேட்டை, மந்திரவாதி

மகிஷாசூரன், இளவரசி கயல்விழி, பெரல் புக் ஹவுஸ் பப்ளிகேஷன்ஸ் வெளியிட்ட புத்தகங்களில் புதையல் வேட்டைதான் எங்களுக்குப் பிடித்திருந்தது. தொடர்ந்து புதையல் கதைகளாக வாங்கிக்கொண்டு வரச்சொன்னோம். அதிலும் குறிப்பாக துருவன் கதாநாயகனாக வரும் கதைகள் எங்களுக்குப் பிடிக்கும். அவன் புல்மேட்டில் குதிரையில் பறந்து வருவதை படிக்கும் போது சினிமா பார்ப்பது போல கண் எதிரே தெரியும். இந்த முறைதான் துருவன் வராத புதையல் கதையை படிக்கப் போகிறோம்.

புதையலைத் தேடி யார்யாரோ செல்கிறார்களே அத்தை நாமும் ஏன் செல்லக்கூடாது என்று ஒரு நாள் கேட்டேன். அத்தை சிரித்துவிட்டாள். என்னை அழைத்து அருகில் வைத்துக்கொண்ட படி புதையலைத் தேடிச்செல்வது என்பது ஒரு கதைதான். கதைக்குள்தான் புதையல் இருக்கும். கதைக்குள்ளிருந்தபடிதான் புதையலை தேடிச் செல்லவேண்டும் என்று புதிரோடுச் சொன்னாள். பம்பாயிலிருந்து அடுத்து வரும் பொழுது புதிதாக ஒரு புதையல் கதையொன்றை கொண்டுவருவதாக எங்களிடம் சொன்னாள். எங்களுக்கு மதுரவள்ளி அத்தை துப்பறியும் கதைகளையும் தங்கத்தைத் தேடிச் செல்பவர்களின் கதைகளையும் சொன்னார்கள்.

அத்தை சொல்லும் கதையில் துருவன் வருவதில்லை. அவள் துருவன் எல்லா புதையலையும் தேடி செல்லமாட்டான். அவனுக்கும் தனியாக சில புதையல் காத்துக்கிடக்கும். அதைத்தான் தேடிச் செல்வான். அவனுக்கும் தனியாக கதைகள் இருக்கிறது. அந்த கதையில் மட்டும்தான் வருவான் என்று சொல்வாள்.

துருவன் வராத கதைகள் எங்களுக்குப் பிடிப்பது இல்லை. அத்தை துருவன் வரும் கதைகளாக எங்களுக்கு சொல்லுங்களேன் என்று நச்சரிப்பேன். நச்சக்கா சும்மா இரு என்று காயத்திரி என்னை திட்டுவாள். எனக்கு நச்சக்கா என்று பட்டப்பெயர். காயத்திரிக்கு குட்டையக்கா என்று பெயர். மாமாவுக்கு ராணுவம் என்றும் அத்தைக்கு ரீல் மன்னீ என்றும் வைத்திருந்தோம். இதெல்லாம் முதலில்தான். அத்தையின் கதைகள் பிடித்துவிட்டதும் அவளுக்கு வைத்தப் பட்டப்பெயரை சொல்லி அழைப்பதில்லை. வாபஸ் வாங்கிக் கொண்டோம். ஆனால் மாமாவுக்கு இப்போதும் ராணுவம் என்ற பெயர் இருக்கிறது. சப்பாத்தி என்று முதலில் வைத்தோம். மாமா அதை வேண்டாம் என்று சொல்லிவிட்டார். தனக்கு ராணுவம் என்றே வைத்துக்கொள்ளுங்கள் என்று சொல்லிவிட்டார். மாமா மிலிட்டரியில்தான் சேர வேண்டும் என்று ஆசைப்பட்டாராம். ஆனால் தாத்தாதான் வேண்டாம் என்று சொல்லி பம்பாயில் ஏலக்காய்கடை சேட்டிடம் வேலைக்கு சேர்த்துவிட்டார். வேலைக்குச் சேர்த்துவிட்ட

கையோடு அத்தையையும் கல்யாணம் செய்துவைத்து பம்பாயிக்கு அனுப்பிவைத்துவிட்டார்.

தாத்தாவின் தங்கை மகன்தான் நாதமுனி மாமா. இதே தெருவில் வீடு. தாத்தாவின் வீட்டிலிருந்து ஏழாவதுதான் மாமாவின் வீடு. மதுரவள்ளி அத்தையும் நாதமுனி மாமாவும் ஒன்றாகத் தான் பள்ளிக்கூடத்திற்கு படிக்கப்போயிருக்கிறார்கள். அத்தையிடம் நாங்கள் அத்தை, மாமாவை நீங்கள் காதலித்தீர்களா இல்லை மாமா, உங்களை காதலித்தாரா என்று ஒரு தடவை கேட்டோம். அத்தை ஒன்றும் பேசவில்லை. பக்கத்தில் நின்றிருந்த நாதமுனி மாமா கூட அமைதியாகிவிட்டார். அத்தையும் மாமாவும் ஒருவரை மாற்றி ஒருவர் ஓரக்கண்ணால் பார்த்துக்கொண்டார்கள்.

ஆனால் அப்பா எங்களிடம் எல்லாம் சொல்லிவிட்டார். நாதமுனி மாமாவும் மதுரவள்ளி அத்தையும் சின்ன வயதிலிருந்தே காதலித்து வந்திருக்கிறார்கள். மாமாவுக்கு துப்பறியும் கதைகளும் புதையல் வேட்டை கதைகளும் ரொம்பவும் பிடிக்குமாம். மதுரவள்ளி அத்தை யிடம் தினமும் புத்தகத்தை கொண்டு வந்து வாசித்துக் காட்டி விட்டுச் செல்வாராம். ஆரம்பத்தில் மாமாவுக்குப் பிடித்த புதையல் கதைகள் எதுவுமே அத்தைக்குப் பிடிப்பதில்லையாம். பிறகு அவளும் கதைகள் கேட்கவும் புதியதாக கதைகள் படிக்கவும் பழகிக் கொண்டாள் என்று அப்பா சொன்னார். பிறந்தநாள் பரிசுக்கு நாதமுனி மாமாவிற்கு அத்தை இரும்பு கை மாயாவி மற்றும் தாவா தீவில் தங்கப்புதையல் ஆகிய படக்கதை புத்தகங்களை பரிசாகத் தந்திருக்கிறாள். மாமாவும் தன் காதலை முதன் முதலாக அத்தையிடம் தெரிவித்த போது மாயக்கோட்டை ரகசியம் தந்திரகார தங்கண்ணா ஆகிய புதினங்களை பரிசளித்திருக்கிறார். இதெல்லாம் இந்த தெருவிலிருக்கிற மாமாவின் ஏழாம் நம்பர் வீட்டில் தான் நடந்திருக்கிறது.

பொய்புதையல் கதை:

துருவன் தனது பள்ளிக்கூடத்திலிருந்து வீட்டிற்கு வரும் போது ரோட்டில் ஒரு புத்தகம் கிடைக்கிறது. அந்த புத்தகம் ஒரு டைரி. அதை படிக்கக்கூடாது என்று வீட்டிற்குக் கொண்டு வந்து தனது அம்மாவிடம் தந்தான். அம்மா அந்த டைரியிலுள்ள முகவரி படித்து இது நமது கருணாகரனின் டைரி. அவன்தான் தொலைத்துவிட்டிருக்கிறான். கொண்டுபோய் கொடுத்துவிடு என்று அவனிடம் சொன்னார்கள். துருவனும் சரி என்று அம்மாவிடமிருந்து முறுக்கையும் எள்ளுருண்டையும் வாங்கி டவுசர் பாக்கெட்டில் வைத்துக்கொண்டு நடந்தான். கருணாகரனின் வீடு அவர்களது தெருவிலிருந்து இரண்டு தெரு தள்ளியுள்ளது. நமது கருணா மாமா

டைரிதானே என்று படித்துக்கொண்டே நடந்தான். டைரியில் அவன் பிரித்தப் பக்கத்தில்தான் புதையல் பற்றிய விபரங்கள் இருந்தது. புதையல் இருக்கும் இடத்தை ரகசியமாக வைத்திருக்க வேண்டும் என்றும் தேடிச்செல்பவர்கள் ஊருக்கு வெளியே உள்ள மொட்டை முனியாண்டிக்கு எலுமிச்சைப்பழத்தை நறுக்கி சாறுபிழிந்துவிட்டுச் செல்லவேண்டும் என்றும் குறிப்பிருந்தது. அதைப்படித்ததும் பயந்து போன துருவன் கருணா மாமாவிடம் டைரியை தரும் போது தான் படித்ததைச் சொன்னான். அவர் கோபமாக ஏன் எனது டைரியைப் படித்தாய் என்று திட்டினார். பிறகு அவனிடம் வேறு யாரும் படித்தார்களா என்று கேட்டார். அவனும் இல்லை என்று சொன்னான். நீயும் என்னுடன் புதையலை எடுக்க வருகிறாயா என்று கேட்டார். சரி என்றான்.

துருவனுக்கு அவனது அம்மாவிடம் சொல்லாமல் வந்து விட்டோமோ என்ற பயமும் கவலையும் இருந்தது. கருணா மாமா அவனை புதையலை எடுத்தால் என்ன செய்ய வேண்டும். எப்படியெப்படியெல்லாம் வைத்துக் கொள்ளவேண்டுமென்று விளக்கிய படி நடந்தார்.

அவர்கள் இருவரும் நியூசினிமாவைத் தாண்டி நேராக கட்ட பொம்மன் சிலையருகே சிறிது நேரம் நின்றார்கள். பிறகு வலது பக்கம் திரும்பி அங்கிருந்து குறுக்குச்சந்து வழியாக டவுன்ஹால் ரோட்டிற்கு நடந்து சென்றார்கள். அந்த ரோட்டில் கவனமாக நடக்க வேண்டும். புதையலைத் தேடி நிறைய்ய நபர்கள் அலைந்து கொண் டிருப்பார்கள். நாம் ஜாக்கிரதையாக நடந்து கொள்ளவேண்டும் என்று சொன்னார். துருவன் தனக்கு எதிரே நடந்து வந்து கொண் டிருந்த இரண்டு நபர்களைப் பார்த்தான். அவர்கள் தங்களது கையில் சாவிகள் வைத்திருந்தனர். தங்கநிறத்திலும் வெள்ளி நிறத்திலுமான இரண்டு சாவிகள் அவர்களிடமிருந்தது. அவர்கள் கடந்து போனதும் கருணா மாமா நாம் தாமதம் செய்து விட்டோம். நமக்கு முன்போ யாரோ புதையலின் ரகசியத்தை அறிந்து கொண்டு அதன் சாவிகளை வாங்கிக்கொண்டுச் செல்கிறார்கள் பார் என்றார். துருவன் அவர்களை திரும்பிப் பார்த்தான்.

பிறகு அவர்கள் சாலையிலுள்ள வேப்பமரத்தினடியில் நின்று கொண்டனர். அந்த மரத்தின் கீழ் பெரிய பாறாங்கல் இருந்தது. அதன் கீழேதான் புதையலுள்ள அறையின் ரகசியசாவி இருக்கிறது. அந்த சாவி எடுத்துக்கொண்டு யார் முதலில் போய் அறையை திறக்கின் றனரோ அவருக்கே புதையல் பற்றி மேலும் பல ரகசியங்கள் தெரிய வரும் என்று கருணா மாமா அவனிடம் சொன்னார். யாருக்கும் தெரியாமல் பாறாங்கல்லை புரட்டி சாவியைத் தேடினார். இரண்டு சாவி இருந்தது. எடுத்துக்கொண்டு திரும்பிப்பார்க்காமல் நடந்தார்.

அந்த சாவி தங்கநிறத்திலும் வெள்ளி நிறத்திலுமாக இருந்தது. துருவனுக்கு அப்போதே புதையல் கிடைத்து விட்ட சந்தோசம். மாமாவின் கைகளைப் பிடித்துக்கொண்டு கூட்டத்தில் தொலைந்து போகாமல் நடந்தான்.

அவர்கள் மொட்டைமுனியாண்டி கோவில் பக்கம் வந்து எலுமிச்சம் பழத்தை அறுத்துப் பிழிந்தார்கள். வடிந்த சாறு ரத்த நிறத்தில் வடிந்தது. துருவன் பயந்து அலறிவிட்டான். பூசாரி வந்து அவனுக்கு விபூதி பூசி விட்டார். பிறகு இருவரும் நடந்தார்கள். ராமசாமி நாயக்கர் தெருவில் தான் அப்புதையல் இருப்பதாக கருணா அவனிடம் சொன்னார். நாயக்கர் தெருவைத் தேடி நடந்தார்கள். நாயக்கர் தெருவில் ஒரே ஒரு வீடு மட்டும் தான் இருந்தது. துருவன் மாமாவிடம் இந்த தெருவில் ஏன் ஒருவீடு மட்டும் உள்ளது என்று கேட்டான். அதற்கு கருணா இது புதையல் உள்ள தெரு. அதனால் இங்கு யாரும் இருக்கமாட்டார்கள் என்று பதில் சொன்னார். தனியாக இருந்த வீட்டிற்குள் நுழைந்தார்கள். அந்த வீடு திறந்தேதான் இருந்தது. மாமாவுக்கு தன் மீதே கோபம். தான் லேட்டாக வந்துவிட்டோம் என்று வருத்தப்பட்டார். பிறகு வேகமாக வீட்டிற்குள் சென்றார். அவர் பின்னாலேயே துருவனும் சென்றான்.

ஒரு அறையில் பெரிய புத்தகமிருந்தது. அந்த புத்தகம் திறந்தேயிருந்தது. அதிலிருந்த தாள்கள் காற்றில் புரண்டு கொண்டிருந்தது. அந்த புத்தகத்தை இதுவரை துருவன் பார்த்ததில்லை. அவன் ஓடிச்சென்று படித்தான். புதையலைத் தேடிவந்திருக்கும் அதிஷ்டசாலிகளே வருக வருக. உங்களது முயற்சிக்கு வாழ்த்துகள். இந்த வீட்டிலிருந்து ஏழாவது வீட்டிற்கு சென்றால் புதையலை பற்றி மேலும் ஒரு ரகசியத்தை அறிந்து கொள்ளமுடியும் என்று எழுதியிருந்தது. துருவன் அதனை கருணாவிடம் சொன்னான். அவர் ஏழாவது வீட்டிற்குப் போகலாமென நடந்தார்.

ஏழாவது வீடு தெருவில் இல்லை. அந்த தெருவில் ஒரு வீடுதானே இருக்கிறது. துருவன் அந்த தெரு முழுக்க சுற்றிப்பார்த்தான். தாங்கள் சென்று வந்த வீட்டைத் தவிர வேறு எதுவுமில்லையென்பதை புரிந்துகொண்டவனாக மாமாவைப் பார்த்தான். இந்த இடத்தில் துருவனின் புத்திசாலித்தனம் நமக்குத் தெரியவரும். இதிலிருந்து தான் நாங்கள் துருவனின் விசிறிகளாக மாறினோம். அதற்குப் பிறகு அவர்கள் எப்படி அந்தத் தெருவிலிருந்த ஏழாவது வீட்டைக் கண்டுப்பிடித்து புதையலை எடுத்தார்கள் என்பதுதான் மீதிக்கதை. இடையே துருவனின் அத்தை மகள் வள்ளிமயில் துருவனைத் தேடி அலைவாள். அவளுக்கு துருவனின் மேல் பிரியம். அழுது கொண்டே இருப்பாள். அவளிடம் துருவன் எனக்கு புதையல் எடுத்துக்கொடு

புதையல் எடுத்துக்கொடு இல்லையென்றால் உன்னை கல்யாணம் செய்து கொள்ளமாட்டேன். வேறொரு பெண்ணை கல்யாணம் செய்து கொள்வேன் என்று பயமுறுத்துவான். அவள் அழுது கொண்டே தனது அண்ணனிடம் சொல்வாள். அண்ணனும் அவனுக்கு புதையல் தேடி எடுத்துத் தருவதாக சத்தியம் செய்து தருவார். கதை இப்படி போகும்.

வ.த.சாம்புநாராயணன் எழுதிய வேம்பு தேடிய புதையல் புத்தகத்தின் பக்கங்கள் காற்றில் பறந்து கொண்டிருப்பதை பார்க்க பார்க்க ஆசையாக இருந்தது. எடுத்து காயத்திரி படிக்க ஆரம்பித்து விடலாமா என்று என்னிடம் கேட்டாள். பொய்புதையல் புத்தகத்தி லிருந்தே இன்னமும் நாம் விடுபட்டு வரவில்லையே. பரவாயில்லை படிக்க ஆரம்பித்துவிடலாம் என்று சொன்னதும் அவள் முதல் பக்கத்தைப் புரட்டி வாசித்தாள். மதுரவள்ளி அத்தை அருகே வந்து உட்கார்ந்துகொண்டார்கள். அத்தை நாம் மூன்று பேரும் சேர்ந்து புதையலைத் தேடுவோமா என்று கேட்டாள்.

“அது எப்படி முடியும் என்று ஒன்றாகக் கேட்டோம்.”

“கதை ஒன்றில் நமக்காக ஒரு புதையல் இருக்கிறது. அதைத் தேடி நாம் போவோம்.”

“இது எனக்கு பிடித்திருக்கிறது. காயத்திரிக்கு பிடிக்க வேண்டுமே. ஏன்டீ காயத்திரி உனக்கு இஷ்டமா.”

“எனக்கும் இஷ்டம் தான். ஆனால் கதையைப் படிக்க வேண்டுமே. கதையைப் படிப்பது போலிருக்காதே.”

“உண்மைதான். ஆனால் கதையைப் படிப்பது போல கதையை நாம் மூவரும் ஏன் சொல்லக்கூடாது"

“அத்தை நீங்கள் சொல்வது எங்களுக்குப் புரியவில்லை. அது எப்படி கதையைப் படிக்காமல் நாம் மூவரும் கதையை சொல்ல முடியும்”

"சொல்லமுடியும். எப்படியென்றால் நாம் மூவரும் சேர்ந்து ஒரு கதையை சொல்லப்போகிறோம். அந்த கதையில் ஒரு புதையல் வருகிறது. அந்த புதையலை நாம் தேடிப்போகிறோம். கண்டுப் பிடித்தப் புதையலை நாம் மூவரும் வைத்துக்கொள்கிறோம். இது ஒரு விளையாட்டு போல வைத்துக்கொண்டு நடத்தலாமா? புதையலை வைத்து கதை சொல்லுகின்ற விளையாட்டு”

கதை சொல்லுகின்ற விளையாட்டு என்றதும் எங்களுக்கு புரிந்துவிட்டது. சரி என்று சொன்னோம். யார் முதலில் கதையை சொல்லி விளையாட்டை துவங்கி வைப்பதென்று அத்தையிடம் கேட்டோம்.

அத்தை தானே துவக்கி வைப்பதாக சொல்லி கதையை ஒவ்வொருவரும் விட்ட இடத்திலிருந்து தொடங்கவேண்டுமென்ற நிபந்தனையுடன் சொல்ல ஆரம்பித்தாள். ஒரு ஊரில் ஒரு நாய் இருந்தது. "அத்தை வேண்டாம். கதையை நிறுத்துங்கள். ஒரு ஊரிலிருந்து என்று ஆரம்பித்தாலே எனக்குப்பிடிக்காது. வேறு மாதிரியாக ஆரம்பியுங்கள்" என்றோம். அத்தையும் சரி என்று கூறி ஆரம்பித்தாள்.

அத்தை திரும்பவும் கதை சொல்லத் தொடங்கிய போது அவளுக்கு பம்பாயிலிருந்து ஃபோன் வந்தது. மாமா வேலை செய்த சேட் முதலாளி பேசினார்கள். அத்தை ஹிந்தியில் பதில் சொல்லிக் கொண்டு வந்தாள். நாங்கள் எழுந்து ஃபோனிற்கு பக்கத்தில் போய் நின்று கொண்டோம். பம்பாய் சேட் பேசுவது கேட்டது. சத்தமாக பேசினார். அத்தை ஒன்றும் பேசாமல் அமைதியாக இருந்தார். ஃபோனை வைத்துவிட்டு வந்த பிறகும் அவர் ஒன்றும் பேசவில்லை. அன்று முழுவதும் அத்தை சாப்பிடாமல் அறைக்குள்ளேயே இருந்தாள்.

அப்பா வந்த பிறகு தான் அவள் அறையை விட்டு வெளியே வந்தாள். அப்பாவிடமும் அவள் ஒன்றும் பேசவில்லை. அழுதாள். இரவு முழுக்க அழுது கொண்டேயிருந்தாள். தாத்தா வீட்டில் இல்லை. இருந்திருந்தால் இன்னமும் அவளது அழுகை பெரிதாக இருக்கும். அத்தை என்றால் அவ்வளவு உயிர் தாத்தாவுக்கு. தாத்தா வருவதற்கு நேரமிருக்கிறது. அப்பா கேட்டு ஒன்றும் சொல்லவில்லை .

தாத்தா வந்த பிறகு பேசிக்கொள்ளலாமென்று அமைதியாக இருந்தார். தாத்தா வந்தவுடன் அத்தை அழுது கொண்டே ஃபோனில் சேட் சொல்லியதை எல்லாம் சொன்னாள். அழாதே அழாதே என்று சொல்லியபடி அவளை சாப்பிடச்சொன்னார். அத்தை சாப்பிடவில்லை. அத்தையை சமாதானப்படுத்த யாராலும் முடியவில்லை. எங்களுக்கு என்ன நடக்கிறது என்று ஒரே திகிலாக துப்பறியும் கதையைப் படிப்பது போலிருந்தது. நாங்களும் துப்பறியும் கதை பாணியில் விசாரித்துப்பார்த்தோம். ஒன்றும் தெரிந்து கொள்ளமுடியவில்லை.

பம்பாயிலிருந்து 15 தினங்களுக்குப் பிறகு மாமா வந்தார். அவரோடு யாரும் பேசவில்லை. அத்தை கூட ஒன்றும் பேசவில்லை. தாத்தா அவரை தனியாக அழைத்துப்போய் பேசினார். அன்றுதான் தாத்தா ரொம்ப கோபமாக பேசியதை நாங்கள் கேட்டோம். “போட்ட நகையெல்லாம் வித்திருக்கீங்க. வியாபாரத்திற்குனு கொடுத்த பணத்தையெல்லாம் என்ன செஞ்சீங்க. வியாபாரத்தில் போட்டிருக்கேன் வியாபாரத்தில் போட்டிருக்கேன்னு மதுரவள்ளிகிட்டே பொய் சொல்லி ஏமாத்தின மாதிரி என்னைய ஏமாத்த முடியாது. சேட்டே மதுரவள்ளிகிட்டே ஃபோன் போட்டு எல்லா விசயத்தையும் சொல்லிட்டாரு. ஹிந்திகாரியே

ஒருத்தியே கல்யாணம் செய்துட்டு பிள்ளையும் பெத்துட்டு குடும்பம் நடத்திருக்கீங்க. என் பிள்ளை என்னய்யா செஞ்சுச்சு. கிளி மாதிரி வளர்த்தேன். கடைசியில் இப்படி தனிமரமா நிக்கவைச்சுட்டேயே. இப்போ எதுக்கு வந்தே சொல்லுமய்யா."

"எனக்கு ரெண்டு லட்சம் பணம் வேணும். வியாபாரத்தில போட்டு சம்பாதிக்கனும்."

"நான் என்ன புதையலா வெச்சுருக்கேன். போய்யா போ ஹிந்திகாரி கூட குடும்பம் நடத்துறீயில்லே அவகிட்டே கேளு. இங்கே யார்கிட்டேயும் ஒன்னுமில்லை. வந்த வழியில போ."

"புதையல் எடுத்துத்தருவீங்களோ இல்லை புதைஞ்சிருக்கிறத எடுத்துத் தருவீங்களோ எனக்கு இரண்டு லட்சம் பணம் வேணும். கொடுத்தா மதுரவள்ளியை என் கூட பம்பாயிக்கு கூட்டிட்டுப் போறேன்."

"என்னய்யா மிரட்டுறயா. தங்கச்சி பிள்ளையின்னு பேசவிட்டு வேடிக்கைப் பார்க்கிறேன். இல்லை தூக்கிப்போட்டு வாயில நல்லா வந்துரும். அப்படியே திரும்பிப்பார்க்காமல் போயிரு"

"ஹிந்திகாரப் பெண்ணை நான் கல்யாணம் செய்திட்டது மதுரவள்ளிக்குத் தெரியும். அவளுக்குத் தெரியாமல் ஒன்னும் மறைச் சுவைக்கலை. மதுரவள்ளிதான் எங்களுக்கு கல்யாணம் செய்து வைச்சது. அவளுக்கு என்கூட சேர்ந்திருக்கிறதுக்குப் பிடிக்கலை."

"அப்பா பேசாமல் ஹிந்திக்காரப் பெண்ணோடயே அவரை இருக்கச் சொல்லுங்க. நான் அவரு கூட பம்பாயிக்கு போக முடியாது". மதுரவள்ளி அத்தை தாத்தாவைப் பார்த்து சொன்னதும் மாமா ஆத்திரத்துடன் "இதுதான் மதுரம் ஒன்னோட முடிவா. அப்புறம் நான் எப்போதுமே உன்கிட்டே வரவேமாட்டேன். ஆமாம்" என்றார். அத்தை ஒன்றும் பேசாமல் வீட்டிற்குள் சென்று விட்டாள்.

"நீதான்டி கல்யாணம் வேண்டாம். அவளை மறந்திட்டேன்னு தலை யிலடிச்சு சத்தியம் செய்த பிறகும் நம்பாமல் பிடிவாதமா கல்யாணம் செய்து வைச்சுட்டே. உன் மேல் சத்தியம் செய்த பிறகு அவளை நான் பார்க்க போவேன்னா. என்னைய நம்பாமல் இருந்திட்டே" மாமா கலங்கிய கண்களுடன் பேசியபடி வீட்டை விட்டு வெளியேறினார்.

மாமா போனதும் அத்தை யாருடனும் பேசவில்லை. அதற்குப் பிறகு அத்தை எங்களுக்கு கதையென்று எதுவும் சொல்லவில்லை. அப்பா அத்தையை சமாதானம் செய்வதற்கு பை நிறைய்ய புதையல் கதைகளை கொண்டு வந்து தந்து படி மதுரம் என்று தந்தார். அதற்கு அத்தை நானென்ன சின்னப்புள்ளையா புதையல் கதைப்

படிச்சுட்டு இருக்க என்று அப்பாவை கோபித்துக்கொண்டாள். அப்பா போனதும் எங்களிடம் அவள் உண்மையிலேயே ஒரு புதையல் கிடைச்சா எவ்வளவு சந்தோசமாயிருக்கும். கதையில் மட்டும் புதையல் கிடைச்சு என்ன ஆகப்போகுது என்று சொல்லி அழுதாள். அத்தை அழுவதை பார்த்துக்கொண்டிருக்க முடியவில்லை. அன்றிலிருந்து நாங்கள் புதையல்கதைப் புத்தகங்களை கையால் கூட தொடுவது இல்லை. பொய்புதையல் கதையில் ஏழாவது வீட்டை கண்டுப் பிடித்த துருவனைக்கூட எங்களுக்குப் பிடிக்காமல் போய் விட்டது. பம்பா யிலிருந்து அத்தையின் பெயருக்கு வந்த புத்தக பார்சல்களை கூட வாங்க மறுத்துவிட்டு திருப்பி அனுப்பி விட்டாள்.

அதிகாலை தற்கொலையின் கதை

முகுந்தனுக்குப் பிரித்துத் தந்திருக்கும் பகுதியில் ஏறக்குறைய இருபது தேதிக்குள்ளாக வசூலை முடித்துவிடுவான். சில விடுபட்ட வீடுகளுக்கு மாதத்தின் கடைசி தினங்களில் சென்று கேபிள் கட்ட ணத்தை வாங்கி விடுவான். முகுந்தனின் வயது இருபதுக்குள்ளாகத்தான் இருக்க முடியும். உயரமற்ற அவனது உடலுக்குச் சற்றுக் கூடுதலான பருமனோடு இருந்தான். கரும்பச்சை நிறத்தில் பேண்ட்டும் வெள்ளை நிறத்தில் ஒரு தினத்தில் சட்டையும் இன்னொரு தினத்தில் கனகாம்பரப்பூவின் நிறத்தில் சட்டையும் போட்டுக்கொண்டு கேபிள் ரூம்பிற்கு வருவான். கேபிள் ரூம் காவலர் குடியிருப்புப்பகுதிக்கு அருகிலுள்ள காம்ப்ளக்ஸின் மாடியில் இருந்தது. முகுந்தன் இன்று வெள்ளை நிற சட்டை அணிந்து கொண்டு வேலைக்கு வந்தபோது காம்ப்ளக்ஸ் மெயின் கேட் அருகில் கூட்டமாக நின்றிருந்தனர். முகுந்தனுடன் பணிபுரியும் கேபிள் ஆப்ரேட்டர் சுரேஷ் சிகரெட் புகைத்தவனாகக் கூட்டத்தை விட்டுச் சற்றுத்தள்ளி நின்றிருந்தான். முகுந்தனைப் பார்த்ததும் அவன் இரண்டு பேர் தூக்குப்போட்டு செத்துப்போயிட்டாங்கடா என்றான். முகுந்தனுக்கு யார் என்று தெரியவில்லை. கேபிள் ரூம் இருக்கும் தெருவில் காவலர் வீடுகள் மட்டும் தான் அவனுக்குத் தெரியும். அந்த வீடுகளிலிருந்து தான் ஃபோன் செய்து சேனல் சரியாக தெரியவில்லை என்று வரவழைப்பார்கள். காம்ப்ளக்ஸில் மேலிருந்து சில சமயம் பார்த்தால் அந்த வீடுகளின் குளிப்பறையில் குளித்துக்கொண்டிருக்கும் துவைத்துக் கொண்டிருக்கும் பெண்களைப்பார்க்கமுடியும். சில தருணங்களில் மட்டும் தான் அப்பெண்கள் சிரிப்பும் பேச்சுமாக வேலை செய்து கொண்டிருப்பார்கள். ஏறக்குறைய எல்லா பொழுதும் யாரையாவதுத் திட்டியபடி சண்டைப்போட்டபடி வேலை செய்வது அவர்களது வாடிக்கையாக இருந்தது.

முகுந்தனுக்குத் தூக்குப்போட்டுக்கொண்டு இறந்தவர்களைப் பற்றி எந்த அக்கறையும் இருக்கவில்லை. அறையில் வழக்கமான இருக்கையில் உட்கார்ந்து கொண்டான். சுரேஷ் முன்கூட்டியே வந்து தனது கூட்டிச்சுத்தப்படுத்தும் பணியை செய்தமைக்கு முகுந்தன் மனதில் நன்றியையும் வாழ்த்துக்களையும் சொல்லிக் கொண்டான். ஊதுபத்தியின் மணம் அப்படியொரு மனநிலையினை உருவாக்கியது முகுந்தனுக்கு. சேனலை மாற்றிப்போட்டபடி சுரேஷ் அருகே அமர்ந்தான்.

“கிழவனும் கிழவியும் பிளான் போட்டு தூக்குப்போட்டுக்கிட்டாங்கப்பா”

"நீ யாரைச்சொல்றே. தெருவிலிருக்கிறக் கடைசி வீட்டுக்காரங்களையா"

ஆமாம் என்றவன் காம்ப்ளக்ஸில் மொட்டை மாடியில் ஏறிப் பார்த்தால் எல்லாம் தெரியும் போகலாமா என்று கேட்டான். பிறகு அவர்கள் இருவரும் கேபிள் அறையை பூட்டிவிட்டு மேல் மாடிக்கு சென்றனர். மாடியில் நின்று பார்த்த போது தெருக்களி லிருந்த வீட்டுக்காரர்களில் பலரும் அக்காலை வேளையில் தங்கள் வீட்டு மாடியில் நின்று வேடிக்கைப் பார்த்தது தெரிந்தது. தூக்குப் போட்டு இறந்ததாகச் சொல்லப்பட்ட வீட்டின் கதவு பூட்டியிருந்தது. பக்கத்துவீட்டில் ஏறி மாடியின் கதவை உடைத்துக் கொண்டிருந்தனர். உள்ளூர தீயணைப்புப்படை வீரர்களும் போலீஸ்காரர்களும் குறிப்பாக பெண் கான்ஸ்டபிளும் மாடிவிட்டு மாடி தாவிக்கொண்டிருந்தனர். பெண் கான்ஸ்டபிள் குதித்து அந்த வீட்டில் இறங்கிய போது சிலர் விசில் அடித்து அந்த செயலை உற்சாகப்படுத்தினார்கள். அப்பெண் கவனித்ததாகவேத் தெரியவில்லை. கைகளில் படிந்துள்ள தூசியைத் தட்டிவிட்டு கதவைத் திறப்பதற்கு யோசித்துக்கொண்டிருந்த காவலர்களுடன் இணைந்து கொண்டாள். காம்ப்ளக்ஸில் கடை வைத்திருந்தவர்கள் மாடிக்கு வந்துவிட்டனர். தூக்குப்போட்டு இறந்த வயதானவர்களைப் பற்றிய ஒவ்வொரு செய்திகளும் மாடியில் நின்றிருந்த ஒவ்வொருவரும் சுவாரஸ்யமாக சொல்லிக்கொண்டிருந்தனர். டிஸ்ஆன்டனாவின் நிழலின் கீழே உட்கார்ந்து கொண்டு பேசிய கும்பலின் செய்திதான் நம்பகமானது போன்றும் ஏறக்குறைய அவர்களைப் பற்றி உண்மையானச் செய்தியாகவும் இருந்தது.

“ஆறு பொம்பளப்பிள்ளையிலே தியாகராஜிற்குப் பிறந்தது இரண்டு பிள்ளைகளாம் சரஸ்வதி அம்மாள் வெளியிலே சொல்லாமல் மறைச்சுட்டாங்களாம்.”

“இல்லப்பா ஒரு பையன்தான் தியாகராஜிற்குப் பிறந்தது. அந்த பையனுக்கு விபரம் தெரிஞ்சு போய் ஊரைவிட்டுப் போயிட்டானாம்”

“ஆறு பிள்ளைகளும் கல்யாணமாயிப் போனதுங்கதான். இன்னைக்கு

வரைக்கும் எவளும் வந்து எட்டிப்பார்க்கலை. ராயர் ஏலத் தோட்டத்தை வித்து கல்யாணம் செய்து வைச்சாரு. தோட்டத்திலே மருந்தைக்குடிச்சுட்டு செத்துப்போயிட்டாரு”

டிஸ்ஆன்டனாவின் நிழலின் கீழிருந்து வெளியாகும் செய்திகள் மாடியின் கைப்பிடிச்சுவர் வீட்டின் பொதுமதில் என தாண்டி நகர்ந்து மாடியில் நிற்கும் மனிதர்களுடன் மனிதர்களாக புழக்கமாயிவிட்டது. வெள்ளை நிற ஜீப்பிலும் இரண்டு ஸ்கூட்டியிலும் போலீஸ் வந்தனர். ஸ்கூட்டியிலிருந்து இறங்கிய பெண் போலீஸ்காரர்களின் காலணி பளப்பளப்பாகவும் நவீனமும் கூடியதாக இருந்தது. இடுப்புப் பெருத்து இடுப்பு சிறுத்து என இரண்டு ரகத்தில் இருந்த அப்பெண்கள் பூட்டி யிருந்த வீட்டின் முன் நின்றனர். இடுப்பில் தொங்கிக்கொண்டிருந்த துப்பாக்கி உறையை பள்ளிக்கூடத்திற்குச் செல்லும் மாணவர்கள் சிலர் நின்று வேடிக்கைப் பார்த்தனர். அவர்களது ஆசையெல்லாம் துப்பாக்கியைத் தொட்டுப்பார்க்க வேண்டுமென்பதாகத்தான் இருந்திருக்க வேண்டும். துரதிருஷ்டவசமாக அப்பெண்கள் இருவரும் ஒன்றுமறியாதப் பிள்ளைகளை விரட்டிவிட்டனர். பிள்ளைகளை விரட்டிவிட்டத்தொனியில் அவர்களது குரலைக் கேட்டபடியே இளைஞர்கள் சிலர் அவர்களை கடந்து சென்றார்கள். பிறகு அதே தொனியில் குரலை எழுப்பி பேசி கேலி செய்தனர். இடுப்பு சிறுத்து மெலிவான தோற்றம் கொண்டப் பெண் ஸ்கூட்டியின் கண்ணாடியில் தனது முகத்தைப் பார்த்து கைக்குட்டையால் சரி செய்து கொண்டாள்.

மாடிக்கதவைத் திறந்ததும் தெருவில் கூட்டம் மிகுந்து நெரிசலானது. மேலும் சில கான்ஸ்டபிள்கள் வாகனங்களில் வந்தனர். வீட்டுக்குள் யாரையும் நுழைய விடவில்லை. உறவினர்கள் நுழைய முயற்சித்து முழங்காலில் அடிவாங்கி நின்றனர். தூக்குமாட்டிக் கொண்டவர்கள் தொலைக்காட்சியை சப்தமாக வைத்து பார்த்திருக்கிறார்கள் போல. உள்ளே நுழைந்த போலீஸ்காரர் டியூப் லைட் சுவிட்சைப் போட்டுவிட்டு டீ.வியை நிறுத்தினார். நோயுற்றப் பறவைகள் மின்சார கம்பியில் தொங்குவது போல தொங்கிக்கொண்டிருந்தனர்.

அவர்களை கீழே இறக்கி கட்டிலின் மேல் கிடத்தினார்கள். டீ.வி.யின் மேல் கடிதம் ஒன்று இருந்தது. தியாகராஜனும் சரஸ்வதியும் கையெழுத்திட்டக் கடிதம். கடிதத்தை போலீஸ்காரர் மனப்பாடப்பகுதி செய்யுளைப் படிப்பதைப் போல கவனமாகப் படித்தார். பிறகு சிரித்துக்கொண்டார். கடிதம் அவருக்கு கீழ் பணிபுரியும் நபர்களின் பார்வைக்குச் சுற்றறிக்கைப் போல கைமாறிச் சென்றது. எங்கள் தற்கொலைக்கு யாரும் காரணமில்லை. வயதான காலத்தில் எங்களை கவனிக்கவும் ஆதரவளிக்கவும் அன்புடன் பேசவும் யாருமில்லை. எனவேதான் இந்த முடிவுக்கு வந்துள்ளோம். எங்கள் ஜாதி வழக்கப்படி

இறுதிசடங்கு செய்ய வேண்டும். ஜாதியார்கள் யாரும் எங்களுக்கு கட்டைவரி தரக்கூடாது. மர பீரோவின் உள்ளே டிராவில் மஞ்சள் பை இருக்கிறது. அதில் 5000 ரூபாய் இருக்கிறது. எங்கள் இருவரது இறுதி சடங்கிற்கு ரூபாயைப் பயன்படுத்திக் கொள்ள கேட்டுக்கொள்கிறோம். வணக்கம். (இருவரது கையொப்பங்கள்.)

5000 ரூபாய் இருந்த விஷயம் புகைப்பிடிக்கும் கான்ஸ்டபிள் மூலமாக வெளியேறி பொது ஜனங்களிடம் வந்தடைந்தது. இறந்து போன சரஸ்வதி அம்மாவின் உறவினர்களுக்கும் அவரது ஆறு பிள்ளைகளுக்கும் செய்தி கிடைத்து அவர்கள் வந்து சேர்ந்த போது தனியார் தொலைக்காட்சி செய்தியாளர்கள் இறந்தவர்களின் முகங் களை பதிவு செய்து கொண்டார்கள். பிரேத பரிசோதனைக்கென அரசு பொதுமருத்துவமனைக்கு கொண்டு சென்றனர். ஜனக் கூட்டம் அவரவர்களின் சகஜநிலைமையுணர்ந்து கலைந்து செல்லத் தொடங்கினார்கள்.

முற்றிலும் கூட்டமில்லாது தெரு தனது வழக்கமான நட மாட்டத்தோடும் வெயிலோடும் நிழலோடும் கிடந்தது. கறிக்கடை சின்னச்சாமி கருப்பு பிளாஸ்டிக் பையில் 400 கிராம் ஆட்டு ஈரலோடு சரஸ்வதி அம்மாளின் வீட்டிற்கு வந்தான். வீடு திறந்து கிடந்தது. வீட்டின் முன்பாக புகைப்பிடித்துக்கொண்டிருந்த கான்ஸ்டபிளை கடந்து செல்ல நடந்தவனை கான்ஸ்டபிள் என்ன ஏது என்று விசாரித்தார். நேற்று காலையில் தியாகராஜன் ஐயா கறிக்கடைக்கு வந்ததாகவும் ஈரல் கேட்டதாகச் சொன்னான். அவர் வந்த நேரம் ஈரல் தீர்ந்து விட்டது. அதனால்தான் இன்று காலையில் ஈரலை எடுத்து வைத்துத்தர வந்திருப்பதாக அவன் சொன்னான்.

ஊருக்கே இரண்டு பேரும் தூக்குமாட்டிச் செத்தது தெரியும். நீ இப்போ ஈரலைத் தர வந்திருக்கே. பிணத்தோடதான் ஈரலைப் போட்டு புதைக்கனும் என்றார். ஆசை ஆசையாக ஈரல் வேணுமினு கேட்டாரு. பாவி மனுசன் தின்னுட்டாவது செத்துப்போயிருக்கக் கூடாதா? என்று சொல்லியபடி நடந்தான். அவன் சென்ற பிறகு கான்ஸ்டபிள் தான் புகைத்துக்கொண்டிருந்த சிகரெட்டை இழுத்து விட்டுத் தூர எறிந்தார். எதிரேயிருந்த பெட்டிக்கடையில் அமர்ந்திருந்தப் பெண்ணை அவர் பார்த்துக்கொண்டேயிருந்தார். எழுந்துப்போய் அவளிடம் இன்னொரு சிகரெட் வாங்கிக்கொண்டு அமர்ந்தார்.

இறந்து போன சரஸ்வதி அம்மாள் (வயது 67) ஏற்கனவே ஒரு முறை தற்கொலைக்கு முயன்றிருக்கிறார். அவரை தியாகராஜன் (வயது 60) காப்பாற்றியிருக்கிறார். தியாகராஜன் அய்யா ராயரின் தம்பி. ராயர் தனது தம்பியும் சரஸ்வதியும் தொடர்பாக இருப்பதை

கண்டித்துள்ளார். அவரால் அவர்களை கட்டுப்பாட்டுக்குள் கொண்டு வரமுடியவில்லை. அதற்குப்பிறகு ஏலத்தோட்டத்திற்குப் போய் அங்கே யிருந்தப் பூச்சிமருந்தைக் குடித்து இறந்து போனார். ராயர் (வயது 77) இறந்தது கூட இது போல ஒரு அதிகாலை நேரத்தில்தான் நடந்தது.

ராயருக்கும் சரஸ்வதிக்கும் ஆறு பெண்கள் இருந்தனர். ராயருக்கு ஊரில் சொந்த வீடும் தோண்டிமலைக்கும் பூப்பாறைக்கும் இடையேயுள்ள எஸ்டேட்டில் ஏக்கர் கணக்கில் ஏலத்தோட்டமும் ஒரு சின்ன கருங்கல் பங்களாவும் இருந்தது. ராயர் தனது தோட்டத்திலிருந்து கொண்டு வரும் ஏலத்தில் பருவட்டு காய்களில் கால்படி அளவு திருப்பதி கோவிலுக்கு எடுத்து வைத்துவிடுவார். கால்படி பருவட்டுக் காய் எடுத்து வைக்கும் வழக்கம் ராயரின் அப்பாவின் காலத்திலிருந்து இருந்து வந்தது. தியாகராஜன் ஏலத்தோட்டத்தில் கருங்கல் பங்களாவில் இருந்தார். அண்ணன் மலையில் இருக்கும் போது ஊருக்கு வந்த தம்பி தன்னை விட ஏழுவயது மூத்த சரஸ்வதியைப் பழக்கத்திற்குக் கொண்டு வந்து விட்டார். சரஸ்வதி அவருடன் பழகினாள். அதன்பிறகு தியாகராஜன் திருமணமே செய்து கொள்ளாமல் இருந்து விட்டார்.

ஆறு பெண்களும் திருமணம் செய்து கொண்டதற்குப் பிறகு தியாகராஜனையும் சரஸ்வதியையும் வீட்டைவிட்டு விரட்டிவிட வேண்டுமென பலமுறை முயன்றிருக்கிறார்கள். மூத்தவளான காயத்ரி தியாகராஜனை எட்டி மிதித்துக் கழுத்தை நெறித்திருக்கிறாள். பக்கத்து வீட்டுக்காரர்கள் சண்டையை விலக்கி விட்டிருக்கிறார்கள். ஆறு பிள்ளைகளும் வீட்டை விற்று பங்குப்போட்டுக்கொள்ள வேண்டு மெனவும் தந்தையில்லாத தங்களுக்கு சரஸ்வதியின் மேல் நம்பிக்கை இல்லை என ஜாதியில் மனு தந்தார்கள். சரஸ்வதி அம்மாள் தெளிவாக சொலலிவிட்டார்.

ஆமாம். என் கொழுந்தனை நான் வெச்சிருக்கேன். எனக்கு யாருய்யா இருக்கா கஞ்சி ஊத்த. நாங்க செத்தப்பிறகு வீட்டை என்னவாவது செய்துக்கிட்டுப்போங்க என்றார். ஜாதியில் தீர்மானம் எழுதி கையெழுத்துப்போட்டு சொல்லிவிட்டார்கள். கூட்டம் முடிந்ததும் வெளியேறிய போது நான்காவது பெண் மகேஸ்வரி ஆத்திரமானவளாக உட்கார்ந்திருந்த இரும்பு நாற்காலியை எடுத்து சரஸ்வதியின் மேல் வீசி விட்டாள். நெற்றியில் நல்ல அடி. மற்றப் பிள்ளைகள் அவளைப் பிடித்துக்கொண்டார்கள். கீழே விழுந்த சரஸ்வதியைத் தூக்கிக்கொண்டு தியாகராஜன் நடந்தார். மகேஸ் வரி தியாகராஜனின் வேட்டியை உருவிவிட்டு காறித்துப்பினாள். அவளது ஆத்திரம் இன்னமும் தீர்ந்திருக்கவில்லை. எங்கப்பனைக் கொன்னுட்டேயேடா என்று கத்தினாள். அவளை அவளது சகோ தரிகள் சமாதானம் செய்தார்கள். எல்லோரையும் விலக்கிவிட்டு

அவள் வயதான இருவரையும் அடித்தாள். அவளது கைவளையல் உடைந்து கீழே விழுந்தது. புருஷன் செத்தப்பிறகு உனக்குப் படுக்க ஆள் கேக்குதோ. தேவிடியா முண்டை என்று திட்டிக்கொண்டு நடந்து போனாள். அவர்கள் இருவரும் தலைகுனிந்தவர்களாக நடந்து வீட்டுக்குச் சென்றார்கள்.

பிறகு வீட்டை காலி செய்யவேண்டுமென்று அவர்களை தினமும் இம்சை செய்யத்தொடங்கினார்கள். வெளியில் எங்குப் பார்த்தாலும் சரஸ்வதியை அம்மா என்று கூடப் பார்க்காமல் திட்டுவதும் சண்டைப் போடுவதுமாக ரகளை செய்தார்கள். வீட்டிலிருந்த பொருட்களை எங்கப்பா சம்பாதித்தது எங்கப்பா சம்பாதித்தது என்று ஒவ்வொன்றாக ஒவ்வொரு பெண்களும் தூக்கிக்கொண்டார்கள். தியாகராஜனிற்குப் பங்கு நிலம் எதுவும் தனியாக இல்லை. அவரது கையிருப்பு தீர்ந்து போய்விட்டது.

சரஸ்வதி அம்மாள் நேற்று காலையில் ஈரல் சாப்பிட வேண்டுமென ஆசைப்பட்டார்கள். பழைய சேலையை பாத்திரக்காரனுக்குப்போட்டு வைத்திருந்த காசை எடுத்துத்தந்துப் போகச் சொன்னார்கள். காலையில் தாமதமாகச் சென்றதால் கறிக்கடை சின்னச்சாமி ஈரல் தீர்ந்துவிட்டது. நாளை கண்டிப்பாக வீட்டுக்கே வந்து தருகிறேன் என்று சொன்னான்.

வீட்டில் வந்து சரஸ்வதியிடம் சொன்னதற்கு அவள் சரி என்றாள். தொலைக்காட்சியைப் பார்க்கத் தொடங்கினார்கள். சரஸ்வதி அம்மாவிற்கு வேலையென பெரிதாக எதுவுமில்லை. காலையிலேயே சாப்பாடு வைத்துவிடுவார்கள். தொலைக்காட்சியைப் பார்ப்பதும் தூங்குவதுமாக இருப்பார்கள். சரஸ்வதி ஜாதிக்கூட்டத்தில் நடந்த சண்டைக்குப் பிறகு வீட்டைவிட்டு வெளியே செல்வதில்லை. படம் பார்ப்பதில் ஆர்வமாக இருந்தார்கள். வெளியே வாசலில் சத்தம் கேட்டது. யாரென்று எட்டிப் பார்த்தார்கள். கடைசி பிள்ளையின் மாப்பிள்ளை சத்தம் போட்டுக் கொண்டிருந்தார். சரஸ்வதியும் தியாகராஜனும் வழக்கம் போல வீட்டைக்காலி செய்யச்சொல்லித்தான் சத்தம் போடுகிறார். தொண்டை வலித்ததும் போய்விடுவார்கள் என விட்டுவிட்டார்கள். என்ன பேசுகிறார்கள் என்று கேட்கக்கூட இல்லை.

கடைசி பிள்ளையின் மாப்பிள்ளை சத்தம் போட்டுக் கொண்டே வீட்டுக்குள்ளே வந்துவிட்டார். மாப்பிள்ளை இதுவரை என்றுமே இருவரிடமும் பேசியதில்லை. தியாகராஜனை பஜாரில் பார்த்தால் கூட தலையைத் திருப்பிக்கொண்டு சென்றுவிடுவார். தம்பியை உள்ளே அழைத்து உட்காரச்சொன்னார். மாப்பிள்ளைத் தம்பி நாற்காலியைத் தூக்கி எறிந்து விட்டு சரஸ்வதியைத் திட்டத் தொடங்கினார்.

“நீ எல்லாம் ஒரு பொம்பள. நீயும் தேவடீயா. உன் மகளும் தேவடீயா.

பிள்ளைகளைப்பூராவும் குடும்பத்திற்கு லாயக்காவா நீ வளர்த்து வைச்சிருக்கே. நான் வீட்டில் இல்லாத நேரம் வேறொருத்தன் வீட்டுக்குள்ளாற இருக்கான். யாருன்னு கேட்ட தெரிஞ்சவனாம். மெடிக்கல்கடைகாரனாம். மெடிக்கல் கடைகாரன் எதுக்கு பெட்ரூம் கட்டில் மேல் படுத்துக்கிடக்கனும். தாலிக்கட்டின புருஷனுக்கு துரோகம் பன்னுனா அந்த குடும்பம் விளங்குமாடீ. பிள்ளை வளர்த் திருக்காளாம் பிள்ளை" கோபத்தில் பேசிக்கொண்டே கதவை ஓங்கி எத்திவிட்டு சென்றார். வாசலில் நின்றிருந்தவர்கள் விசாரித்த போது "அந்த அம்மா புருஷனோட தம்பியை வைச்சுருக்கா அந்த அம்மா மகள் அதான் என் பொண்டாட்டி மருந்துகடைக்காரனை வைச்சிருக்கா. த்தூ என்ன குடும்பமோ" என்று நின்று சொல்லிவிட்டு போனார். மாப்பிள்ளை தம்பி சென்றதும் வாசலில் நின்றவர்கள் பேசியது தெளிவாகக் கேட்டது. அஸ்திவாரம் சரியாக இருந்தாத்தானே மேற்கொண்டு எல்லாம் நல்லாயிருக்கும் தலையும் அப்படி. வாலும் அப்படி என்ன செய்ய. இதற்குப்பிறகுதான் சரஸ்வதியும் தியாகராஜனும் வாசல் கதவைப்பூட்டிக்கொண்டு தற்கொலை செய்து கொள்வதைப்பற்றி நாள் முழுக்க யோசித்து அதிகாலை நேரத்தில் வாசல் தெளித்து கோலம் போட்டுவிட்டு தூக்குப் போட்டுக்கொண்டார்கள்.

அரசு பொது மருத்துவமனையில் கூட்டமில்லை. பிரேத பரி சோதனைக்கூடம் மருத்துவமனைக் கட்டிடத்தின் பின்பகுதியில் இருந்தது. மருத்துவமனை கட்டிடங்களுக்கும் பரிசோதனை கூடத்திற்கும் அதிக தூரம்தான். அந்த இடைவெளியிலிருந்த மைதானத்தில் வேப்பமரத்தில் கீழ் டீக்கடை இருந்தது. காகங்களும் வெளி நோயாளிகளும் வெள்ளைசீருடை அணிந்த சிப்பந்திகளும் நின்றிருந்தனர். காயத்திரியும் அவளது கணவனும் அலைபேசியில் சப்தமாக மாறிமாறி பேசிக்கொண்டிருந்தார்கள். பிரேத பரிசோதனை முடிந்து பிணத்தைத் தந்தால் ஆம்புலன்ஸில் வைத்து மயானத்திற்குக் கொண்டுப்போய்விடலாமென பேசினார்கள். மங்கையும் அவளது கணவனும் ஆட்டோவில் வந்திறங்கினார்கள். மங்கையின் உதடு வீக்கம் கொண்டிருந்தது. சரஸ்வதியும் தியாகராஜனும் தற்கொலை செய்து கொண்ட தகவல் முதலில் அவளுக்குத்தான் மெடிக்கல்கடைக்காரன் மூலம் எஸ்.எம்.எஸ். செய்தி வழியாக கிடைத்தது.

ஆட்டோவை விட்டு கீழே இறங்கியதும் மங்கையும் காயத்திரியும் அருகருகே நின்று கொண்டே மெல்லிய குரலில் பேசினார்கள். மங்கை கண்களைத் துடைத்துக் கொண்டாள். வெளியூரிலிருந்த மகேஸ்வரியும் அவள் கணவனும் வந்து கொண்டிருப்பதாகவும் தகவல் சொன்னார்கள்.

காயத்திரி, "நீங்க எதுக்கு இவளைப் போட்டு அடிக்கிறீங்க. வைபீற வேலையெல்லாம் இனிமேல் வெச்சுக்காதீங்க. ஆமாம்.

அதென்னப்பழக்கம். நீங்க என்ன அடிக்கிறது. ஊர மேயுற கழுதைன்னு ஏந்திட்டுனீங்க" என்று மங்கையின் கணவரைத் திட்டினாள். அவரும் கோபமாக அந்த இடத்தை விட்டுச் செல்லத்தொடங்கினார். மங்கை தன் கணவனை அழைத்தாள். அவர் வரமறுத்தவராக கோபமாக வெளி வாசலை நோக்கி நடந்து கொண்டிருந்தார். காய்த்திரியிடம், "நேற்று முழுதும் என் கூட சண்டை. உங்க அம்மா மாதிரி நீயும். உங்க அம்மா மாதிரிதான் நீயுன்னு திட்டிக்கிட்டே இருந்தாரு. இப்போ காலையில டாக்டர்கிட்டே அழைச்சுட்டுப்போயி டி அண்ட் சி பண்ணனுமிங்கிறார். அவருக்கு இப்போதைக்கு குழந்தை வேண்டாமாம்" மங்கை சொன்னாள்.

காயத்திரி, "நீ மாதமா இருக்கீயா. என்கிட்டே சொல்லவே இல்லை. அபார்ஷன் எல்லாம் பன்னவேண்டாம். இனிமேல் அங்கப்போகாதே. என்கூட என் வீட்டிலே இரு" என்றாள்.

மருத்துவமனைக்குள் அழுகை சப்தமாக இருந்தது. பொதுப்படுக்கை பகுதியிலிருந்து சத்தம் கேட்டது. வயசுப்பெண் மருந்தை குடித்து விட்டதாகவும் அவளை மருத்துவமனையில் சேர்த்திருக்கிறார்களென டீக்கடையில் பேசினார்கள். காகங்கள் பறக்கவும் திரும்பவும் வந்து அமர்வதுமாக இருந்தது. பிரேத பரிசோதனை கூடத்தின் வாசல் கதவைத் திறந்து விட்டார்கள்.

ஏறக்குறைய ஒவ்வொரு மாதமும் இருபது தேதிக்குள்ளாக கேபிள் கட்டணத்தை வசூலித்து விடுவான் முகுந்தன். சரஸ்வதி அம்மாளின் வீட்டுப்பக்கம் இன்னும் சில வீடுகளில் இம்மாதம் வசூல் பாக்கி இருந்தது. ரசீது புக்கைத் தூக்கிப்போட்டு விளையாடிக்கொண்டே நடந்தவன் அவர்களது வீட்டை கடந்தபோது நின்றான். தியாகராஜனிடம் மூன்று நான்கு தினங்களுக்கு முன்பாக இதே போல காலை நேரத்தில் பேசிக்கொண்டிருந்தது ஞாபகம் வந்தது. திறந்திருந்தவன் ஜன்னலின் வழியாக தற்செயலாக பார்த்தான். தொலைக்காட்சிப்பெட்டியின் முன் தியாகராஜன் நிற்பது போல தெரிந்தது. அதிர்ந்தவனாக ஜன்னலருகே சென்று எட்டிப் பார்த்தான். சரஸ்வதி அம்மா நாற்காலியில் உட்கார்ந்திருப்பது தெரிந்தது. அதிர்ச்சியில் அவனையறியாமல் வழக்கம் போல அவரை அழைப்பது போல ஐயா என்று கூப்பிட்டான். அவரும் பொறு தம்பி கதவைத் திறந்து விடுறேன் என்று சொல்வது அவனுக்குத் தெளிவாகக்கேட்டது.

முகுந்தன் இந்த விஷயத்தை சுரேஷிடம் சொன்னான். சுரேஷ் நம்பவில்லை. ராத்திரி நேரத்தில் மாறிமாறி சேனலை போட்டுப் பார்ப்பதால்தான் இப்படி பேசுகிறாய் என்று சொன்னான். அதற்குப்பிறகு முகுந்தன் சரஸ்வதி அம்மாள் வீட்டுப்பக்கம் செல்வதை

தவிர்த்தான். அந்த அம்மாளின் மூன்றாவது மகள் பூரணியும் அவளது கணவன் சீனிவாசனும் வீட்டை விலைக்கு வாங்கினார்கள். பூரணி தன் சகோதரிகளுக்கு பணத்தை பட்டுவாடா செய்து தனது கணவனின் பெயருக்கு எழுதி வாங்கிக்கொண்டாள். அதற்கு பிறகு வீட்டை இடித்து கடைகள் கட்டி வாடகைக்கு விடலாம் என்று முடிவு செய்தார்கள்.

முகுந்தனும் சுரேஷ்சும் தாங்கள் ஐந்தாறு வருடங்களுக்குப் பிறகு கேபிள் டீ.வி. ஆப்ரேட்டர் வேலையை விட்டுவிட்டு செல்போன் மற்றும் ரீசார்ஜ் கூப்பன் விற்கும் கடையை சொந்தமாக துவங்குவோம் என்றோ அதற்காக சீனிவாசனிடம் கடை கேட்டு அவரும் அவரது காம்ப்ளக்ஸ் கடையில் பனிரெண்டாவது கடையை வாடகைக்கு தங்கள் இருவருக்கும் விடுவார் என்றோ நினைத்துக்கூடப் பார்த்திருக்க மாட்டார்கள். கூடவே முகுந்தன், தியாகராஜன் தன்னுடன் பேசுவதையும் அவருக்காக கடையில் டீ.வியை போட்டுவிட்டு நாற்காலியில் அமரச்செய்வதையும் என்றுமே நினைத்திருக்கமாட்டான். முகுந்தன் தன்னுடைய ஐந்தாறு வருடத்திற்குப் பிறகான வாழ்க்கைப் பற்றி எவ்வித கற்பனையுமில்லாமல் வழக்கம் போல இருபது தேதிகளுக்குப் பிறகு கேபிள் கட்டணத்தை வசூலிப்பதற்கென இடிந்து கிடக்கும் சரஸ்வதியின் வீட்டை திரும்பிக் கூடப்பார்க்காமல் கடந்து சென்று கொண்டிருந்தான்.

மஞ்சள் நிற பைத்தியங்கள்

அரசு மருத்துவமனையின் வெளி வராண்டாவில் நுழைந்தபோது என் மனதில் ஏற்பட்டிருந்த பதட்டம் குறையத்தொடங்கியிருந்தது. ஜனநெருக்கடியின் ஊடே கடந்து போவது மனதிற்கு ஏற்ற வகையில் இல்லையென்றாலும் சற்று நிம்மதியாகத்தான் இருந்தது. மருத்துவமனையின் கட்டிடங்கள் முழுதும் ஆரஞ்சு வண்ணத்தை தீட்டியிருந்தார்கள், விளம்பரங்களும் அறிக்கைகளும் எச்சரிக்கைகளும் எரிச்சலூட்டுவதாகயிருந்தன. லிங்கம் அன்று பிற்பகல் மதிய உணவு வேளையின் போது எலிமருந்தை உண்டு மயங்கி வாந்தியெடுத்திருந்தான். பிற்பாடு உடன் பணிபுரியும் அலுவலக சிப்பந்திகளால் மருத்துவமனைக்குக் கொண்டு வந்து சேர்த்திருந்தார்கள்.

எனது நண்பனின் பெயர் லிங்கேஸ்வரன். நாங்கள் இருவரும் ஒன்றாகப் படித்து, வேறு வேறு வேலைகளுக்குத் தேர்வு எழுதி அரசுபணியில் அமர்ந்திருக்கிறோம். குடும்பம், குழந்தைகள் என்றிருக்கும் எல்லோருக்குமானத் தனித்தனியான புறவுலகத்தை விட்டுவிட்டு, நாங்கள் இருவரும் இணையும் ஒரு புள்ளியான குணாம்சத்தை சொன்னால், எங்களது பழக்கவழக்கம் மற்றும் பலஹீனமான விபரங்கள் வெளியே தெரியவரும். தற்காப்பும் நட்பின் இலக்கணமும் கருதி சில விசயங்களை சொல்லாமல் தவிர்க்கத்தான் வேண்டும். ஏற்கனவே லிங்கம் எலிமருந்தைத் தின்று வாந்தியும் வயிற்றுப்போக்குமாக தனியார் மருத்துவமனையில் நான்கு நாட்கள் சிகிச்சைப் பெற்றிருக்கிறான். இது கடந்த மூன்று மாதங்களுக்கு முந்திய ஏப்ரல் மாதத்தில் நடந்தது. குளுகோஸ் பாட்டில் தலைகீழாகத் தொங்கியதை வேடிக்கையாக தனது மூத்தமகளிடம் காட்டிக் கொண்டிருந்தது இன்னமும் எனக்கு ஞாபகத்தில் உள்ளது. அதற்குப் பிறகு இப்போது அரசு பொது மருத்துவமனையில் சேர்த்திருக்கிறார்கள். அதே எலி மருந்து, அதே

குடும்ப சண்டை, அதே சலிப்புணர்ச்சி என்பதோடு மஞ்சள் நிற உல்லன் பனியனைப் பற்றியும் P. ஜாஸ்மின் ரோஸி ஒரு தேவதை போல வந்து தன்னை அழைத்துச் செல்வதையும் சொல்வான் என்று அவனைத்தேடி நடந்து கொண்டிருக்கிறேன்.

மருத்துவமனை வராண்டாவில் நவதானியங்களை முளைக் கட்டி விற்றுக் கொண்டிருந்த இளைஞன் என் தோள் மேல் இடித்துவிட்டு வேகமாகச் சென்றான். என்னைக் கடந்து சென்ற இளவயது செவிலிப் பெண்ணிற்கும் அவளுடன் சென்ற சீருடையணியாத ஊழியர் மற்றும் ஸ்டெச்சர் தள்ளிக்கொண்டு செல்லும் வயதான பெண்மணிக்கும் விலகி வழிவிட்டபடி நடந்து சென்றேன். பொதுப் படுக்கைப் பிரிவில் நோயாளிகளின் அருகில் அரைமனதோடு அமர்ந்திருந்த நோயாளிகளின் உறவினர்கள் எழுந்து சென்றுவிடுகிற அவசரத் திலிருந்தனர். காலை உணவைப் பற்றிய எதிர்ப்பார்புகளோடும், ஏமாற்றத்தோடும் கழித்துவிட்ட நோயாளிகள் வெறுப்புடன், மருந்துகளை விழுங்கிவிட்டுப் படுத்திருப்பதைத் தெரிந்துகொள்ள முடிந்தது. அந்த இளைஞன் முளைகட்டிய நவதானியங்களை ஒவ்வொரு படுக்கையாக சென்று விற்றுக்கொண்டிருந்தான். சிவப்பு நிற காரெட்டின் வட்ட வடிவம் முளைவிட்ட தானியங்களின் ஊடே தெரிந்தது. அதைவிட தானியத்தின் நிறமும் அதன் முளைவிட்ட வெண்நரம்புகளும் தெளிவாகத் தெரிந்தது. பை நிறைய்ய நவதானிய பாக்கெட்டுகள் வைத்திருந்தான். தொடர்ந்து தன்னிடம் வாடிக்கையாக தானியங்களை வாங்கிக் கொள்ளும் நோயாளிகளின் படுக்கைக்குச் சென்றதும், அவர்கள் கேட்காமலேயே பிளாஸ்டிக் பாக்கெட்டுகளைத் தந்தான். அவர்கள் ஒரு மருந்து பொட்டலத்தைப் போல அதனை வாங்கி பிரித்தார்கள். எனக்கு ஜாஸ்மின் ரோஸியின் ஞாபகம்தான் வந்தது.

என்னைக் கடந்து சென்ற ஸ்டெச்சரை பார்த்தேன். வெள்ளைத் துணி போர்த்திய உடல். தலையின் வடிவம் துல்லியமாக தெரிந்தது. குறிப்பாக கண்களின் இருப்பிடத்திலிருக்கும் அதன் குழிகள். முக் கோணமும் பாதி வட்டவடிவமும் கூடிய அம்முகம் எனக்கு லிங்கத்தை ஞாபகப்படுத்தியது. எதிரே வரும் செவிலிப் பெண்ணிடம் லிங்கத்தின் பெயரைச்சொல்லி அவனது படுக்கையுள்ள இடத்தையும் அவனது உடல்நலத்தைப் பற்றியும் கேட்டுத் தெரிந்து கொள்ளலாம் என தயங்கி நின்றேன். நான் தயங்கி நின்றது செவிலிப் பெண் அவளது அவசரத்திற்கு வழிவிடுவதாக நினைத்து வேகமாக கடந்து சென்றாள். லிங்கம் வீட்டாருக்கு தெரியாமல் எதுவும் செய்வதில்லை என்பது அவனது மனைவியை விட எனக்கு அதிகம் தெரியும். அவன் மேல் எனக்கு இப்போது கூட நம்பிக்கை இருந்தது. அவனை ஒரு மனநோய் மருத்துவரிடம் காண்பிக்கலாமா என அவனது மனைவி லட்சுமி

யிடம் கேட்டேன். அவள் உன்னையையும்தான்! அங்க கூட்டிட்டுப் போகணும். இரண்டு பேரும் சேர்ந்து எங்களை ஏன் இப்படி உயிரை எடுக்கிறீங்க என்று சத்தம் போட்டாள். அதற்குப் பிறகு அவளிடம் டாக்டரிடம் செல்வதை பற்றி எதுவும் பேசுவதில்லை.

லிங்கமும் நானும் மலைவாசஸ்தலத்திற்கு ஒரு முறை சென்றிருந்தோம். இந்த வருடத்தின் முதல் நாளில் அங்குதானிருந்தோம். நல்ல குளிர். இந்த மலையின் வாசனையைப் போல வேறெங்கும் உணர்ந்திருக்கவில்லை என்று லிங்கம் என்னிடம் சொன்னான். எனக்கும் உண்மையாகத்தான் இருந்தது. மலையிலிருக்கிற ஒவ்வொரு பொருளும் இயல்பிலேயே குளிர்ச்சியாகவும் வாசனையாகவும் இருந்தது. என்ன வாசம் என்று தெரிந்துகொள்ள முடியவில்லை. ஒரு மருந்தின் வாசம் போலவும் செடிகளின் வாசம் போலவுமிருந்தது.

அந்த ஊரில் தற்செயலாகத்தான் அந்தப்பெண்ணைப் பார்த்தோம். அவள் பரிசு பொருட்களும் செயற்கைப்பூக்களும் விற்கும் கடையில் வேலைக்கு இருந்தாள். அவளது நீளமான மூக்கும் குறுகிய கண்களும் வட்டமுகமும் குளிருக்கென்று அணிந்திருந்த உடைகளும் அவற்றின் நிறங்களும் என்னைப்போலவே லிங்கத்திற்குப் பிடித்து விட்டது. அதிசயம் போல அவள் நின்றிருந்த இடத்தில் பிளாஸ்டிக் பட்டாம்பூச்சிகளைக் கட்டித் தொங்கவிட்டிருந்தார்கள். அவளைச் சுற்றி பட்டாம்பூச்சிகள் பறப்பதும் சிறகசைப்பதுமாக இருந்தது. அங்கிருந்த நாட்களில் தினமும் அந்த கடைக்குச் சென்று அவளிடம் பொருட்களின் விலைகளைப் பற்றி விசாரிப்பதும் பொருட்களை எடுத்துக்காட்டச் சொல்வதுமாக அவளுடன் சிறிது நேரமாவது இருந்து விட்டு வருவோம். மாலைநேரத்தில் அந்த பிளாஸ்டிக் பட்டாம் பூச்சிகளுக்கு விளக்குகள் போட்டுவிடுவார்கள். விளக்குகளின் வெளிச்சத்தில் அவைகளின் சிறகடிப்பும் அருகில் நிற்கும் அந்த பெண்ணும் உண்மையில் ஒரு தேவதையைப் போலத்தான் இருந்தாள். கனவுகளில் மட்டும் வரும் தேவதையைப்போல.

லிங்கம் இந்த மலை ஊரில் அவனது அலுவலகம் இருந்தால் எல்லாவற்றையும் விட்டுவிட்டு இங்கேயே வந்திருக்கலாமென்று சொன்னான். அவள் மீது அளவு கடந்து மோகம் கொண்டிருப்பதை என்னால் புரிந்து கொள்ளமுடிந்தது. என்ன செய்வது என்றுதான் தெரியவில்லை. இரவில் வெகுநேரம் புகைப்பிடித்தபடி அவளது சிரிப்பையும் ஆங்கிலமும் ஹிந்தியும் கலந்தப் பேச்சையும் அழகான உதடுகளையும் திரும்பத்திரும்ப நினைவுபடுத்தியவாறு இருப்போம். நான் மனதில் நினைத்திருப்பதைத்தான் லிங்கம் சொல்லிக்கொண் டிருந்தான். அதுவும் எனக்காகத்தான் சொல்லிக்கொண்டிருக்கிறான் என்று நினைத்துக்கொள்வேன்.

அவள் வேலை செய்த கடையில் முளைகட்டிய நவதானியங்களை உலரவைத்து பிளாஸ்டிக் பைகளில் பேக் செய்து விற்றார்கள். சிவப்புநிற காரெட் வட்டவடிவமாக ஒவ்வொரு பைகளிலும் பார்ப்பதற்கு அழகாகத் தெரிந்தது. இப்போது இந்த மருத்துவமனையில் விற்கிறார்களே அதே போல. குளிர்பிரதேசத்தில் அந்த தானியங்களை சாப்பிடுவதற்கு சுவையாக இருப்பதாக லிங்கம் சொன்னான். ஒவ்வொரு முறையும் அவளை சந்தித்துவிட்டு வரும் போது அந்த நவதானிய பாக்கெட்டைத்தான் வாங்கிக்கொண்டு வருவோம். வட்டவடிவமான கேரட்டினை அவன் தனது கன்னத்திலும் உதடு களிலும் மாறிமாறி ஒற்றிக்கொண்டேயிருப்பான். சிவந்த கேரட்டின் நிறம் அவனது கன்னத்தில் ஒட்டிக்கொள்வது போல அவ்வளவு அழுத்தமாக வைத்தெடுப்பான். அவளது கழுத்தில் தொங்கிக் கொண்டிருந்த அடையாள அட்டையில் P. ஜாஸ்மின்ரோஸி என்று எழுதப்பட்டிருந்ததை எனக்கு லிங்கம்தான் காட்டினான். இப்போது வட்டவடிவமான கேரட்டையும் முளைகட்டிய நவதானியத்தையும் பார்க்கும் போது P. ஜாஸ்மின்ரோஸியின் ஞாபகங்கள்தான் வருகின்றன. குறிப்பாக அந்த இரவும் அவளது மஞ்சள் நிற உல்லன் பனியனும்.

லிங்கத்தை தீவிர சிகிச்சைப்பிரிவில் மூன்றாவது படுக்கையில் படுக்கவைத்திருந்தனர். நினைத்தது போலவே எனது மனைவியும் எனது மகளும் வந்திருந்தனர். எனது மகளின் பள்ளிசீருடையைப் பார்த்ததும் எனக்கு புரிந்துவிட்டது. லிங்கத்தின் அருகாமை சென்ற போது முனங்கியவனாகப் படுத்திருந்தான். லெட்சுமி காலையிலே கோபத்தில் ஏதோ திட்டிட்டேன். திட்டுனது என்னான்னு கூட எனக்கு மறந்துப்போச்சு. எலிமருந்தை வாங்கி சாப்பிட்டு ஆபிஸிலேயே வாந்தி எடுத்து மயங்கி விழுந்துட்டாரு. எலிமருந்தை எவன்தான் கண்டுப்பிடிச்சானோ. என் தலைவிதி என்று தலையில் அடித்துக் கொண்டாள். பக்கத்திலிருந்த என் மகள் அவளது கைகளைப் பிடித்துக் கொண்டு அழாதீங்க ஆண்ட்டி அழாதீங்க ஆண்ட்டி என்று சமாதானப்படுத்தினாள்.

“நானெல்லாம் சாகனுமினா எத்தனைத் தடவை சாகிறது. எத்தனைத் தடவை என்னைய திட்டியிருப்பாரு. அதெல்லாம் வெளியிலே சொல்லி யிருப்போனா”

“அழாதீங்க ஆண்ட்டி. அழாதீங்க ஆண்ட்டி.”

“ஸ்வெட்டரைக் கழட்டாதே ஜாஸ்மின். ஸ்வெட்டரை கழட்டாதே ஜாஸ்மின்னு ராத்திரியெல்லாம் புலம்புறாரு. சரி ஏதாவது கனவு கண்டிருப்பாருன்னு விட்டுட்டேன்.”

எனது மனைவியிடமும் எப்போதும் மலையில இருக்கிற மாதிரியே

தோனுது. மலை வாசமாவே இருக்கு என்று லிங்கம் ஒரு முறை சொல்லியிருக்கிறான். அவள் இதைப் பற்றி எந்த விவாதத்தை மேற்கொள்ளவில்லை. பதிலுக்கு கையெல்லாம் ஜில்லுன்னு இருக்கிற மாதிரி தோனுதா என்று கேட்டிருக்கிறாள். அவனும் ஆமாம் என்று சொல்லியிருக்கிறான்.

“அவள் உலகத்தில் உங்க இரண்டு பேருக்கும் மட்டும் ஏன்தான் இதெல்லாம் நடக்குதோ. நாங்களும் உங்க கூடதானே அண்ணே இருக்கோம். உங்களுக்கு மட்டும் எப்படி மலை வாசம் தெரியுது” என்று தலையில் அடித்துக்கொண்டு லிங்கத்தின் மனைவியைக் கட்டிக்கொண்டு அழுதிருக்கிறாள். லிங்கத்தின் படுக்கைக்கு அருகில் நீல நிறப்புடவை அணிந்த நர்ஸ் வந்தாள். கண்களின் கீழ் இமை களை தனது பெருவிரலால் இழுத்துப் பார்த்துவிட்டு நாக்கை நீட்டச் சொன்னாள். லிங்கம் மெதுவாக நாக்கை நீட்டினான். அவனது நாக்கு வெளுப்பாகயிருந்தது.

லிங்கம் வேலைக்கு சேர்ந்தபோது சம்பளம் 500 ரூபாயாக இருந்தது. அந்த சம்பளத்தில் ஆறு நபர்கள் ஐந்து வருடங்களுக்கும் மேலாக வாழ்ந்திருக்கிறார்கள். அவனது அம்மா வேலை கிடைத்ததும் உடனடியாக திருமணத்தை முடித்துவிட்டார்கள். லிங்கம் லட்சுமியை திருமணம் செய்து கொண்டபோது எல்லாரும் ஒரே வீட்டில்தான் இருந்தார்கள். லிங்கம்தான் அந்த குடும்பத்தின் முதல் பையன். அவனுக்குப்பிறகு பிறந்த மற்றவர்கள் மூவருமே பெண் பிள்ளைகள். அவனது தங்கைகள் மூவரும் அவன் மேலும் லட்சுமியின் மேலும் பிரியமாக இருந்தார்கள். கல்யாணம் செய்து கொண்ட புதிதில் லிங்கம் என்னிடம் ஒரு முறை வந்து லட்சுமியுடன் தனியாக இரவில் இருக்கும் பொழுது தங்கைகள் மூவரும் விழித்துக் கொண்டிருக்கிறார்கள். அது தனக்கு பெரும் மனநெருக்கடியைத் தருகிறது என்று சொன்னான். இது உனக்கு மட்டுமல்ல எல்லா வீட்டிலும் நடப்பதுதான். இதனை பெரிதுப்படுத்தாதே என்று சொன்னேன். அவன் கேட்பதாக இல்லை. எனது மனைவியை அழைத்து லட்சுமியிடம் சொல்லி ஏதாவது செய்யவேண்டுமென கேட்டுக்கொண்டான். அவளுக்கு என்ன செய்வது என்று தெரியவில்லை. லிங்கத்தின் தொந்தரவு தாங்கமுடியாமல் ஒரு ஞாயிற்றுக்கிழமை போல லட்சுமியை அழைத்து வந்து என்ன விசயம் என்று விசாரித்தாள். லட்சுமி சிரித்துவிட்டாள். எனக்கும் என் மனைவிக்கும் வெட்கமாகயிருந்தது. லட்சுமி அதை உணர்ந்தவளாக எங்களை சமாதானப்படுத்தினாள். தங்கைகளை வைத்துக்கொண்டு திருமணம் செய்யும் போது இதையெல்லாம் யோசித்திருக்க வேண்டும் சிரித்துக்கொண்டே திட்டினாள்.

லிங்கம் எனக்குத் தெரிந்து அவனது முதல் சகோதரி திருமணத்திற்குப்

பிறகுதான் எலி மருந்தை கையில் எடுக்கப்பழகியிருக்கிறான். அவனது சகோதரி சங்கரேஸ்வரியின் கணவனுக்கு விபத்து நடந்ததாக தகவல் வந்ததும் நாங்கள் பஸ்ஸில் புறப்பட்டுச் சென்றோம். பஸ்ஸில் லிங்கம் அழுதபடியிருந்தான். மாப்பிள்ளை இறந்து போகக்கூடாது என்று புலம்பிக்கொண்டே வந்தான். சங்கரேஸ்வரியின் கணவனுக்கு கால் எலும்பு முறிவு ஏற்பட்டிருந்தது. அறுவை சிகிச்சை செய்து பிளேட் வைத்து எலும்பை சேர்த்திருந்தனர். நாற்பதாயிரத்திற்கு மேல் செலவாகுமென்றும் முன்பணமாக பாதிக்கு மேல் கட்டச் சொல்லி யிருந்தனர். லட்சுமி கையில் காதில் கழுத்திலிருந்ததை எல்லாம் கழற்றித்தந்து பணத்திற்கு ஏற்பாடு செய்தாள். வங்கியில் நகையை வைத்த ரசீதையும் வீட்டிலிருந்த இரண்டு சகோதரிகளையும் மாறிமாறி பார்த்துக்கொண்டேயிருந்தவன் என்ன நினைத்தானோ எலிமருந்தை எடுத்துக்கொண்டான். லிங்கம் எலி மருந்தை தின்று படுத்தது அதுதான் முதல் தடவை. அவனை காப்பாற்றி வீட்டுக்குக்கொண்டு வந்த போது P. ஜாஸ்மின்ரோஸி மஞ்சள் உல்லன் பனியன் அணிந்து தன் அருகாமையில் இருந்தாள் என்றும் அவள் தன்னை ஒரு தேவதை போல தூக்கிக்கொண்டு பறந்தாள் என்றும் என்னிடம் கூறினான். பயத்துடன் அவனைப் பார்த்தேன். அவன் ஆமாம் என்பது போல எனது கண்களையேப் பார்த்துக்கொண்டிருந்தான்.

லிங்கம் மருத்துவமனையிலிருந்து வந்து விடுப்பிலிருந்த நாட்களில் அலுவலகம் முடிந்து அவனைப் பார்த்துவிட்டுத்தான் எனது வீட்டிற்குச் செல்வேன். தினமும் அவன் ஒரு தேவதை போல P. ஜாஸ்மின்ரோஸி பட்டாம்பூச்சிகளோடு வந்து தன்னைத் தூக்கிக் கொண்டு பறந்து சென்றதைப் பற்றி என்னிடம் சொல்லியபடி இருந்தான். அவனைப்போல என்னால் நினைத்துப்பார்க்க முடிய வில்லை. இறந்து மீண்டவனுக்குத்தான் P. ஜாஸ்மின்ரோஸி ஒரு தேவதையைப் போல காட்சி தருவாள் போல. எனக்கும் அவளை ஒரு தேவதையைப்போல பார்த்துவிட வேண்டுமென்றும் என்னையும் அவள் தூக்கிச்சென்று பறக்கவேண்டுமென்றும் நினைக்கத் தொடங் கினேன். அப்படி நினைப்பது தவறல்ல என்றுதான் சொல்ல வேண்டும். மஞ்சள் நிற உல்லன் பனியனை அவன் எனக்குத் தந்து அணிந்து கொள்ளச் சொன்னான். அன்றிரவு P. ஜாஸ்மின்ரோஸி ஒரு தேவதை போல வந்தாள். என்னை தூக்கிக்கொண்டுப் பறந்தாள். வானத்தில் நான் அவளுடன் பறந்தேன் என்றுதான் சொல்ல வேண்டும். ஆச்சரியமாக இருந்தது. கண்ணாடி பட்டாம்பூச்சிகள் எங்களைச் சுற்றிப்பறந்து கொண்டிருந்தன. சில பூச்சிகள் எங்கள் கூடவே பறந்து வந்தபடி யிருந்தது. லிங்கம் தன் அதிஷ்டத்தை மஞ்சள் நிற உல்லன் வடிவத்தில் கைவசப்படுத்தியிருந்தான். P. ஜாஸ்மின்ரோஸி என்னை மஞ்சள் நிற பைத்தியம் மஞ்சள் நிற பைத்தியம் என்று திட்டியபடி என் படுக்கையில்

இறக்கிவிட்டாள். தொடர்ந்து நானும் அவனும் மாறிமாறி அவளது உல்லன் பனியனை உடுத்திக் கொண்டு உறங்கினோம். பறந்தோம். பிறகு P. ஜாஸ்மின் ரோஸிக்காக ஏங்கினோம். அவளோடு பேசினோம்.

“ஜாஸ்மின் நான் இறந்து போனால்தான் நீ வருவாயா”

“ஜாஸ்மின் நான் இறந்துவிடுவது போல நடித்துக்கொண்டிருப்பது உனக்குத் தெரியவில்லையா”

“ஜாஸ்மின் நான் என்றாவது இறந்துபோவதற்கு முன் உன்னை முத்தமிடமாட்டேனா”

“நீ என்னுடன் இருந்துவிடு. நீ என்னை விட்டுச்செல்வதில் எனக்கு விருப்பமில்லை”

“ஜாஸ்மின் என்னுடைய உல்லனைக் கழற்றாதே. மஞ்சள் நிற உல்லன் பனியன் எனக்கு பறக்கும் மாயகம்பளம் போல”

மஞ்சள் நிற பைத்தியங்கள் என்று நீ கேலி செய்கிறாயா. செய்து கொள். மஞ்சள் நிற தேவதையாக நீ இருக்கும் பொழுது பைத்தியமாக நான் இருப்பதற்கு சம்மதம்தான் P. ஜாஸ்மின்ரோஸி.

P. ஜாஸ்மின்ரோஸியின் கோதுமை நிறமும் அந்த நிறத்திற்கென்று அணிந்துவரும் உடைகளின் நிறமும் நினைவை விட்டு நீங்கமுடியாதது. லிங்கத்திற்கும் எனக்கும் அவளின் மேல் ஈர்ப்பு கூடியபடிதான் இருந்தது. ஏனென்று தெரியாத விருப்பமும் விட்டு விலக முடியாத குழப்பமும் அப்போது எங்களிடம் இருந்தது. என்ன செய்வது என்று தெரியவில்லை. ஷாப்பிங் காம்ப்ளக்ஸில் பொருட்களைப் பற்றி பேசுவது தவிர்த்து வேறு ஏதேனும் அவளுடன் உரையாடமுடியுமா என்று தெரியவில்லை. ஊருக்குத் திரும்புவதற்கு முதல் நாள்தான் அவள் ஏன் தினமும் வந்து ஒரு பொருளும் வாங்காமல் செல்கிறீர்கள் என்னுடன் பேசுவதற்கு உங்களுக்கு விருப்பமில்லையா. இந்த கண்ணாடி பட்டாம்பூச்சிகள் சொல்லுகிறது நீங்கள் என்னைப் பார்க்க வேண்டி மட்டும் வருவதை. உண்மைதானா? அவள் எங்களுடன் பேசத்தொடங்கியதும் எங்களுக்குள் அந்த மாலை வேளையில் அப்போதுதான் பறித்த மஞ்சள் பூக்களை அதன் இதழ்களில் உருண்டபடியிருக்கும் பனித்துளிகளோடு சேர்த்து அவளுக்குப் பரிசாகத்தர ஆசைப்பட்டோம். அவளுடன் அப்போது தொடங்கிய உரையாடல் இரவு உணவு சாப்பிடும் வரை தொடர்ந்தது. அவளை நாங்கள் விட்டுச்செல்ல மனமில்லாமல் இருக்கிறோம் என்று சொன்னதும் சிரித்துக்கொண்டாள். அந்த பனியிலும் இருட்டிலும் அவளது சிரிப்பின் அழகு சொல்ல முடியாதது. ஒரு இறக்கமான பாதையில் அவளுடன் நடந்து போனோம். எங்களுக்குப் பின்பாக அவளுடன் இருக்கும் பட்டாம் பூச்சிகளும் பறந்து வந்தபடியிருந்தது.

கண்ணாடி பட்டாம்பூச்சிகள் வண்ண விளக்குகளோடு பறந்து வருவது எங்களது கனவுகளை வளர்க்கத்தான் செய்தது. சாலையில் சோடியம் விளக்குகள் வரிசையாக இருந்தன. குல்லாய் அணிந்த சிறுவர்கள் சிலர் சைக்கிளிலில் எங்கள் முன்பாக சென்று கொண்டிருந்தனர்.

ஒரு சோடியம் விளக்கினடியில் அவள் நின்று கொண்டபோது அனைத்து பட்டாம்பூச்சிகளும் அவளை சுற்றி வட்டமிட்டன. வழக்கமாக வரும் ஜீப் இன்று நேரம் கடந்தும் வரவில்லையென்று அவளாக பேசிக்கொண்டாள். லிங்கம் அவளுக்கு விருப்பமிருந்தால் நாங்கள் தங்கிருந்த அறையில் வந்து தங்கிக்கொள்ளலாம் என்று சொன்னான். அவள் யோசிக்கவே இல்லை. சரி என்று சொல்லி எங்களுக்கு முன் நடந்து சென்றாள். எங்களுடன் அவள் இரவு தங்கினாள். இரட்டைப்படுக்கை கொண்ட மெத்தையில் அவள் நடுவில் படுத்துக்கொண்டாள். நானும் லிங்கமும் அவளின் அழகில் மயங்கியவர்களாக நின்றிருந்தோம். அந்த இரவில் அவள் எங்களுடன் ஒரு வார்த்தை கூட பேசவில்லை. நானும் லிங்கமும் அவளுக்கு வலதும் இடதுமாக படுத்துக்கொண்டோம். உறக்கம் ஒரு மாயத்தைப்போல எங்கள் மேல் கவிழ்ந்தது. கனவில் கூட அவளது உருவம் எனக்கு வந்திருக்கவில்லை. அதே போலதான் லிங்கத்திற்கும் நடந்திருக்கும் என்று நினைக்கிறேன். அவள் எங்களுக்கு முன்பாக எழுந்து சென்றிருந்தாள். குளித்திருப்பதற்கான அடையாளங்கள் பாத்ரூம்மில் இருந்தது. படுக்கையில் அவளது மஞ்சள் நிற உல்லன் பனியனும் கூடவே ஒரு பெரிய பிளாஸ்டிக் பட்டாம் பூச்சியும் இருந்தது. கடையில்தானே இருப்பாள் என்று ஷாப்பிங் காம்ப்ளக்ஸிற்குச் சென்றோம்.

அவள் கடைக்கு இன்னும் வந்திருக்கவில்லை. யாரிடம் கேட்பது என்றும் தெரியவில்லை. மஞ்சள் நிற உல்லன் பனியனையும் அந்த பட்டாம்பூச்சியையும் என்ன செய்வது என்று தெரியாமல் கையில் வைத்தபடி காம்ப்ளக்ஸின் வாசல் முன் நின்றிருந்தோம். பகல் பொழுதைத் தாண்டியும் இன்னமும் வரவில்லை என்றதும் கடைக்குச்சென்று கேட்டோம். அவள் நின்றிருக்கும் இடத்தில் அருகிலிருந்தப் பெண்ணிடம் கேட்டதற்கு P. ஜாஸ்மின்ரோஸி என்றொரு பெண்ணே எங்களது கடையில் வேலை செய்யவில்லை. நீங்கள் எந்த ஜாஸ்மீனைத் தேடுகிறீர்கள் என்று எங்களிடம் கேட்டார்கள். நாங்கள் மஞ்சள் நிற உல்லனைக் காட்டி பரிசுப் பொருட்கள் விற்கும் இடத்தில் நின்றிருக்கும் சற்று உயரமான நீளமான மூக்கும் கோதுமை நிறமுமாக இருக்கும் அவளது அடையாளங்களைச் சொன்னோம். அப்படியான பெண் யாரும் எங்களது கடையில் பணிபுரியவில்லை என்று சொல்லிவிட்டார்கள். எங்களுக்கு பதட்டமாகவும் பயமாகவுமிருந்தது. தொடர்ந்து நான்கு நாட்களுக்கும் மேலாக சந்தித்தப் பெண் மாயமாக

மறைந்து விடுவது எதன் பொருட்டு நடந்த சதி என்று தெரியவில்லை. பிறகு நாங்கள் ஊருக்குத் திரும்புவது என்று முடிவு செய்து பேருந்து நிலையத்திற்கு வந்தோம்.

மஞ்சள் நிற உல்லனை லிங்கம் தற்செயலாக முகர்ந்து பார்த்த போது அவளின் அருகாமையின் வாசத்தை உணர்ந்தான். அவனைப் போலத்தான் நானும் உணரத்தொடங்கினேன். வெளிச்ச மற்ற அந்த மாலை வேளையில் பனியும் காற்றும் ஜனங்களின் நடமாட்டமும் கூடிய இடத்தில் அவள் அருகாமையில் இருப்பது போன்ற வாசம் வெகுநுட்பமாக எங்களிருவராலும் நுகர்ந்து கொள்ளமுடிந்தது. அவள் எங்கோ அருகில்தான் இருக்கிறாள் என்று பேருந்து நிலையம் அதன் அருகாமையிலுள்ள தேநீர்கடை மற்றும் பேக்கரி கடைகள் என்று சற்று நேரம் தேடினோம். எங்கும் அவள் தென்படவில்லை.

பிறகு அங்கிருந்து வீட்டிற்கு வரும் வரை அவள் எங்களுடன் அண்மையிலிருப்பது போன்ற உணர்வுதான் மனதில் இருந்தது. மஞ் சள் நிற உல்லனை பார்த்ததும் லிங்கத்தின் மகள் புதிதாக வாங்கிய உல்லன் அப்பாவைத் தவிர வேறு யாருக்கும் பொருந்தாது என்று சொன்னாள். அந்த மஞ்சள் நிற உல்லன் பனியனை கையில் எடுக்கும் பொழுதெல்லாம் மலையின் வாசமும் P. ஜாஸ்மின்ரோஸியின் வாசமும் ஒரு அதிஷ்டத்தைப்போல எங்களைத் தொடர்ந்தபடியிருந்தது. அதற்குப்பிறகுதான் அவன் தீவிரமாக P. ஜாஸ்மின் ரோஸியைக் காதலிக்கத் தொடங்கியிருந்தான். புரியாதக் குழப்பத்தில் தான் அவன் என்னைத் தவிர்த்துவிட்டு பலமுறை அந்த மலைபிரதேசத்திற்குச் சென்று திரும்பியிருக்கிறான். அவன் என்னிடம் மறைத்தது போலதான் நானும் அவனிடம் P. ஜாஸ்மின் ரோஸியைக் காதலிப்பதை மறைத்து வைத்திருந்தேன். லிங்கம் என்னிடம் அவளை நான் காதலிப்பதைப் பற்றிக்கேட்டு கொண்டதேயில்லை. என்னிடம் அவனது காதலைச் சொல்லவும் இல்லை. நாங்கள் ஏன் ஒருவரை ஒருவர் ஏமாற்றிக் கொண்டோம் என்று தான் இப்போது வரை தெரியவில்லை. P. ஜாஸ்மின்ரோஸியைத் தேடி மூன்று மாதங்களாக நாங்கள் ஒருவருக்குத் தெரியாமல் ஒருவராக மலைக்குச் சென்று திரும்பினோம். அவளை அந்த மலை நகரம் முழுக்கத்தேடியும் கிடைக்கவில்லை. ஷாப்பிங் காம்ப்ளக்ஸில் கண்ணாடி பட்டாம்பூச்சிகள் இருந்தன. ஆனால் அவள் இல்லை. கண்ணாடி பட்டாம்பூச்சிகள் பறந்து வரும். கூடவே அவளும் எங்களுடன் வருவாள் என்று மலைபிரதேசத்தின் ஒவ்வொரு செடி களையும் மரங்களையும் சிறிய நீரோடைகளையும் கடந்து சென்று தேடிக்கொண்டிருந்தோம்.

ஒவ்வொரு முறையும் மலையைவிட்டு கீழிறங்கும் போது புதிய மஞ் சள் உல்லன் பனியனை மறக்காமல் வாங்கிக்கொண்டு வந்தோம்.

மஞ்சள் உல்லன் பனியன் நிறைய சேர்ந்துவிட்டது. வீடு நிறைய்ய மஞ்சள் உல்லன் பனியனாக இருந்தது. எனது பிள்ளைகள் குளிர் காலத்தில் பயன்படுத்திக்கொண்டனர். மனைவி அவளது உறவினர்களுக்கு அன்பளிப்பாக சில பனியன்களைத் தந்தாள். மஞ்சள் உல்லனிலிருந்து மஞ்சள் ஆடை மஞ்சள் நிறப்பூக்கள் என்று வீட்டி லிருக்கும் ஒவ்வொன்றையும் மஞ்சள் நிறமாக்கி விட்டோம். அவள் உடுத்தியிருந்த மஞ்சள் நிற உல்லனை உடுத்திக்கொண்ட இரவில் ஒரு பூந்தோட்டத்தின் அத்தனைப்பூக்களும் என் அருகாமையில் மலர்ந்திருப்பது போன்ற வாசனையை உணர்ந்து லிங்கத்திடம் தந்தேன். அவன் “அதற்காகத்தான் அதனைத் தந்தேன். பூந்தோட்டத்தில் நீ P. ஜாஸ்மின்ரோஸி பார்ப்பாய். பிறகு அவள் உன்னை ஒரு தேவதை அழைத்துச்செல்வது போல வானத்திற்கு அழைத்துச்சென்று திரும்புவாள்” என்று சொன்னான். எனக்கு அன்றிலிருந்து இரவு நேரத்தில் ஏதேனும் பூந்தோட்டத்திற்கு மேல் பறந்து சென்று கொண் டிருப்பது போன்றும் பிறகு அதிகாலையின் துவக்கத்தில் கண் விழிப்பது என் படுக்கையிலிலுமாகயிருந்தது.

லிங்கம் மருத்துவமனையிலிருந்து வீட்டிற்குத் திரும்பிய சில தினங்களுக்குப் பிறகு அவனை சந்திப்பதற்காகச் சென்றிருந்தேன், அப்போது அவன் என்னிடம் ஜாஸ்மின்ரோஸி வடநாட்டில் ஒரு வேளை இருக்கக்கூடும். அவளை ஒரு முறை பார்த்துவிட்டு வந்து விடலாமா என்று கேட்டான். என் மனதிலும் அவள் வடநாட்டில்தான் இருப்பாள் என்று தோன்றியது. சரி என்று சொன்னேன். லிங்கம் சிரித்தபடி இன்று அவளிடம் நீ எங்கே இருக்கிறாய் என்று கேட்டு விடுவேன் என்று சொன்னான். ஆமாம் கண்டிப்பாக கேட்டுவிடு. என்று சொல்லியபடி அவனது அருகில் அமர்ந்து கொண்டேன். ஒரு பறவையின் சப்தமும் காற்றில் இலைகள் அசையும் சப்தமும் கூடவே ஜாஸ்மின்ரோஸ் எங்கள் அருகாமையில் அமர்ந்திருப்பது போன்ற வாசமும் அந்த இடத்தில் சூழ்ந்திருந்தது.

பாலை நில காதல்

பெருமாள் சாக்கை விரித்துப் போட்டு வாசலுக்கு அருகில் படுத்திருந்தான். பறவைகளின் நிழல் அவன் மார்பை கடந்து போனதும் கண் விழித்துப்பார்த்தான். மஞ்சள் மூக்கு மைனாக்கள் பறந்து செல் கிற பொழுது இது. வாசல் முன் நாய்கள் ஊளையிட்டுத் திரிந்தது. வீட்டினுள் படுத்திருந்த குழந்தைகள் மேல் வெளிச்சம் உடையை போல படர்ந்து நின்றது. பெரியபிள்ளையின் தொடையில் கொப் புளம் கிளம்பியிருந்தது. ஏற்கனவே இருந்த கொப்புளம் உடைந்து புண்ணாகிவிட்டது. சின்னத்தாயி ஈ மொய்த்துவிடாமல் இருக்க வேண்டுமென்பதற்காக பச்சிலையை புண்ணின் மேல் அப்பி வைத்திருந்தாள். அவளது கால்விரல்களில் சேற்றுப்புண் வந்து ஆறாமலே இருக்கிறது. வைத்தியரிடம் காட்டி அசந்து விட்டவள் இருக்கட்டுமென்று விட்டுவிட்டாள். வீட்டினுள் ஈக்கள் கொய்ங் என்று சுற்றிக்கொண்டிருக்கிறது.

பெருமாள் எதிரேயிருந்த பொன்ராஜின் வீட்டைப் பார்த்தான். சுண்ணாம்பு மதிலின் மேல் காகங்கள் அமர்ந்திருந்தன. மசங்கிய நேரத்தில் இரண்டு காகங்கள் தங்கள் அலகைத் திறந்து ஒன்றுக்குள் ஒன்று வைத்து விளையாடிக்கொண்டிருந்ததைப் பார்த்ததும் அவனுக்கு உயிர் நின்றுவிடுவது போலிருந்தது. தான் இறந்தபிறகு பிள்ளைகளும் மனைவியும் என்ன செய்யப்போகிறார்கள் என்ற கவலையில் எழுந்து உட்கார்ந்து கொண்டான். அவனது வீட்டிற்கு முன் விடாது நாய்கள் ஊளையிட்டுக் கொண்டிருந்தது. பொன்ராஜ் தெருவில் கிடந்த கல்லை எடுத்து வீசிவிட்டு தன் வீட்டு வாசலில் உட்கார்ந்து கொண்டான். நாய்கள் தெருவைத் தாண்டி வேறு பக்கமாக ஓடத்தொடங்கின. பொன்ராஜ் எதிரேயிருந்த பெருமாள் வீட்டிற்குச் சென்றான். திண்ணையில் படுத்திருந்தவன் அவனைப்

பார்த்ததும் எழுந்து உட்கார்ந்து கொண்டான். திண்ணையின் தளம் பெயர்ந்து கூரை ஊனுகம்பு ஆடிக்கொண்டிருந்தது. இந்த வீட்டிற்கு பெருமாளும் அவனது மனைவியும் குடிவந்த போது பொன்ராஜ் தான் கூரைமேய்வதற்கென வெட்டுக்கை மரங்களை தயார் செய்து போட்டது. குடிவந்தவுடனே கைமரத்தில் கொட்டாளாம் கிளவி வந்து கூடி கட்டி விட்டது. கொட்டாளாம்கிளவி பூச்சி வந்து கூடு கட்டினால் நல்லது என்று முத்தமக்கா சொல்லியிருக்கிறாள். வீட்டிற்கு குடிவந்த புதிதில் சிரிப்பும் காசுமாக இருந்தவர்கள் தான். வாசலி லிருந்தபடி பிள்ளைகளின் முகங்களை பொன்ராஜ் பார்த்தான்.

“டவுனுக்குப் போனவங்க யாராச்சும் வந்து வேலையிருக்கிறதைப் பத்திச் சொன்னாங்களா அண்ணே”

பெருமாள் ஒன்றும் பேசவில்லை. அமைதியாக உட்காந்திருந்தான். அவன் பேசக்கூடாது என்று முடிவு செய்திருந்தான். பேசினால்தான் ஏதாவது உளறி வைத்துவிடுவோம் என்று நினைத்தான். பொன்ராஜ் அவனது முகத்தை பார்த்துவிட்டு ஏன் உடம்புக்கு சுகமில்லையா என்று கேட்டான். இல்லையென்பது போல தலையாட்டினான். பொன்ராஜ் எழுந்து வீட்டிற்குள் சென்று பார்த்தான். அடுப்பில் ஒன்றுமில்லை. சின்னத்தாயை எழுப்பிவிட்டார். பிள்ளைகள் பள்ளிக்கூடத்திற்குப் போகவில்லை. பள்ளிக்கூடத் திற்குப் போயிருந்தால் சோறுசாப்பிட்டிருப்பார்கள். கொப்புளம் எல்லாத்திற்கும் பரவிவிடும் என்று டீச்சரம்மா வரவேண்டாம் என்று சொல்லிவிட்டார்கள்.

சின்னத்தாய் எழுந்தவள் சேலையை இழுத்து விட்டுக்கொண்டாள். பிள்ளைகள் உறக்கம் வராமல் தான் கிடந்தனர். அவனது சத்தத்தைக் கேட்டும் எழுந்திருக்கமுடியாமல் கிடந்தனர். ரேஷன் கடையில் வாங்கிய அரிசி தீர்ந்துபோயிருந்தது. பொன்ராஜ் என்ன செய்வது என்று புரியாதவனாக வீட்டிற்கு வந்தான். பாக்கியம் அழுது கொண்டிருந்த பிள்ளைக்குப் பால் தந்தபடி செவ்வானம் மறைந்து வருவதை பார்த்தாள். அடுப்பில் இன்னமும் உலை வைத்திருக்கவில்லை. வீட்டில் அரிசி இல்லை. கேப்பை மாவுதான் சட்டியில் கிடக்கிறது. ரேஷனில் போன வாரத்திற்கு போட வேண்டிய அரிசி இன்னமும் போடவில்லை. அரிசி வரவில்லை என்று கடையை மூடியே வைத்திருக்கிறார்கள். அவளுடன் அன்ன லெட்சுமியும் சின்னத்தாயும் கடைக்குத்தினமும் நடந்து போய் அசந்து போனார்கள். அரைக்கீரையை தோட்டத் திலிருந்து அறுத்துக் கொண்டு வந்து கடைந்து கேப்பைக் கழியை கிண்டி பிள்ளைகளுக்குப் போட்டார்கள். பிள்ளைகளின் தேகம் உஷ்ணமாகி உட்காருகின்ற இடத்திலும் கட்கத்திலும் கொப்புளங்கள் வந்து விட்டது. பச்சிலைகளை வைத்து அமுக்கிக் கட்டிவிட்டார்கள். சின்னப்பிள்ளைகளுக்கு இப்படியென்றால் பெரியவர்களுக்கு வயிறு

நிறையாத வேதனை. கண்கள் குழிவிழுந்து முகம் களையிழந்துவிட்டது.

பொன்ராஜ் எழுந்து வீட்டிற்குள் சென்றான். மலைவாய் பொழுதும் கடந்துவிட்டது. பாக்கியம் அவனது முகத்தைப் பார்த்தவளாக எழுந்து கொண்டாள். அரிக்கேன் விளக்கை எடுத்துத் துடைத்து மண்ணெண்ணெய் இருக்கிறதா என்று ஆட்டிப் பார்த்தான். எண்ணெய் இருந்தது. திரியைத் தூண்டிவிட்டு பொருத்திவிட்டான். அவள் உட்கார்ந்திருந்த சாணி மொழுகிய தரையைச் சுற்றி விளக்கின் வெளிச்சம் விழுந்து பரவியது. செம்மஞ்சள் ஒளியும் மண் மதிலுமாக கிடந்த இருட்டில் அவளது முகத்தைப் பார்ப்பதற்கு அழகாக இருந்தது. பொன்ராஜ் கடைவீதிப் பக்கம் போய் ஏதாவது வாங்கிக்கொண்டு வருவதாகச் சொன்னான்.

பாக்கியம் அவனிடம் “மாமா அப்புகுயெத்தானும் எதினும் தீசியினி ராஓத்தோ. எவுறுத்தாவனும் அப்பூத்திய ஓத்தோ” என்று சொன்னாள். அவன் பதில் பேசாமல் வாசலைக் கடந்து வெளியேறினான்.

இரண்டு மூன்று தினங்களுக்கு முன் பெருமாளிற்கு கடனுக்குப் பணம் தந்தவன் கூடுதலாக நாலுவார்த்தை பேசி தேயிலைகடையில் தலைகுனிய வைத்துவிட்டான், பிள்ளைகளுக்கு சுய்யமும் சின்னத் தாயிக்கு டீயும் வாங்கிக்கொண்டு வரப்போனவர் ஒன்றும் வாங்காமல் திரும்பி வந்தார். அன்றிலிருந்து அவர் யாருடனும் பேசுவதில்லை. வீட்டிலேயேதான் இருந்தார். வேலையில்லாமல் இருக்கிற ஆசாரிகள் காட்டு வேலைக்கென சென்று பழகிவிட்டனர். பெருமாளிற்கு டவுனில் வேலைக்கு ஏற்பாடு செய்துதருவதாக சொன்னார்கள். பெருமாளிற்கு எதிலும் விருப்பமேயில்லை. எங்கேயோ போய் சைனட்டை வாங்கி வைத்திருந்தார். பிள்ளை கள் தினமும் ஆசையோடு தான் சுய்யத்திற்கும் ஆமைவடைக்கும் ஏங்கியவர்களாக படுத்துக்கிடந்தனர்.

கடை வீதிபக்கம் போய் திரும்பி வந்த பொன்ராஜ் அரிசி வாங்கித்தந்தான். பாக்கியம் எல்லாரும் பொதுவாக கஞ்சி காய்ச்சி னாள். சுடுகஞ்சியும் பட்டவத்தல் புளித்துவையலும் காதடைப்புக்கு தோதாகயிருந்தது. பெருமாளுக்கு கரைத்துத் தந்த கஞ்சியில்தான் யாருக்கும் தெரியாமல் மருந்தைப் போட்டு கலக்கிக்குடித்தார். மருந்தின் வாசம் முகத்தில் அடித்தது. பெருமாள் முழுதாக ஒரு கிண்ணம் கஞ்சிக் குடித்தார். சின்னத்தாய் கண்டுப்பிடித்தாள். அவள் ஒன்றும் பேசவில்லை அவளுக்கு எல்லாம் தெரிந்துவிட்டது. பிள்ளைகளின் முன்னால் எதையும் காட்டிக் கொள்ளாமல் அவளும், தன் பிள்ளைகளுமாக அரளி விதைகளை தட்டி கஞ்சியில் கலந்து குடித்தாள். பயப்படவேண்டாம் என்று எவ்வளவு சொல்லியும் அவன் கேட்டுக்கொள்ளவே இல்லை. பிள்ளைகள் தன் முன்னால் துடித்து

இறப்பதைக் காணயியலாதவராக கண்களை இறுக்கமாக மூடிய படி இறந்துபோனார். பிள்ளைகள் இறந்து போனதும் அவர்களைத் தூக்கி மடியில் போட்டு ஆசை தீர கொஞ்சி முத்தமிட்டுக்கொண்டாள். அதற்குப்பிறகு அவளும் எஞ்சிய கஞ்சியை குடித்து இறந்து போனாள்.

பாக்கியம் குமரி இருட்டில் எழுந்து வாசலைத் தெளித்துக் கோலம் போடும் போது தான் கவனித்தாள். இன்னமும் அவர்களது வீட்டின் கதவு திறக்கவில்லை என்றதும் பொன்ராஜை எழுப்பி விட்டாள். இருட்டில் தீப்பெட்டியை எடுத்துக்கொண்டு பெருமாளின் வீட்டின் கதவைத் தட்டும் போது அவனுக்குத் தெரிந்துவிட்டது. ஏதோ மருந்தின் வாடைப் பூட்டியக் கதவையும் தாண்டி வந்து முகத்தை அறைந்தது. மூக்கைப் பொத்திக்கொண்டு கதவைத் தட்டினான். கதவுத் திறக்கவில்லை. சந்தேகத்தோடு ஊர் நாட்டாமையை அழைத்து வரச்சென்றான்.

நாட்டாமையை அழைத்துவருவதற்குள் தெருவில் ஆட்கள் கூடிவிட்டனர். ஆசாரிமார் தெருவில் சாவுவிழுந்து விட்டது என்று ஊரே பேசியது. பெருமாள் பிள்ளைகளுடன் மருந்துக்குடித்து இறந்துகிடந்தான். அவனது வீட்டின் மூலையில் அடுக்கி வைத்திருந்த தொத்தி*களில் பொருட்கள் எதுமில்லை. பெருமாளின் மனைவி தன் சேலைகளை மடித்து அடுக்கிவைத்திருந்தது எதற்கு என்று தெரியவில்லை.

பொன்ராஜ் அதற்குப் பிறகு ஊரை விட்டுப் போய் விடுவதென முடிவு செய்தான். தான் பிறந்த ஊர் தன்னை ஏமாற்றிவிட்டதாக நினைத்தான். பெருமாளும் அவனும் ஒன்றாக வேலைக்குப் போய் வந்தார்கள். தச்சாசாரிகள் இருவரின் வேலையும் கண்ணாடி மாதிரி. இப்போது அவர்களுக்கு வேலையில்லை. கடனுக்கு உப்பு புளி மிளகாய் வாங்க வேண்டியதாகயிருந்தது. செட்டிமார்கள் ஊரிலிருந்த தச்சாசாரிகளுக்கு கடன் கொடுத்துப் பழக்கிவிட்டார்கள். கடன் வாங்காதவர்களே இல்லை. கடனைத் திருப்பித் தந்துவிடுவதற்காவது வேலை வந்துவிடவேண்டுமென்று தான் ஆளாய் அலைந்து தவித்துக் கிடக்கிறார்கள்.

பொன்ராஜ் வெளியூர் கான்ட்ராக்டர்காரர்களுடன் சேர்ந்து வேலைக்கு ஈரோடு பக்கம் போவதென முடிவு செய்தான். அவனுக்கு ஊரில் இருக்க பிடிக்கவேயில்லை. அன்னலெட்சுமியைப் பார்க்கும் போதெல்லாம் மனதில் அழுகை கூடிவிடும். பொன்ராஜிக்கும் அன்னலெட்சுமிக்கும்தான் முதலில் கல்யாணம் நடப்பதாக இருந்தது. மாரியம்மன் கோவில் ஊர் பொது பொங்கலின் போது அப்படித்தான் இரண்டு வீட்டுக்காரர்களும் பேசி வைத்திருந்தனர். யாருக்கும் நினைக்கிறபடியெல்லாம் நடந்துவிட வேண்டுமென தலையில்

எழுதியிருக்கவில்லை. பொன்ராஜிற்கு கிருட்டினப்பட்டியிலிருந்தும் அன்னலெட்சுமிக்கு வெங்கிட சாமியையும் பேசி முடித்தார்கள்.

பொன்ராஜிற்க்கு டிவிக் டிவிக் மஞ்சள்மூக்கு மைனாவின் சப்தத்தை கேட்கிற போது அழுகையே வந்துவிடும். எதற்கென்றேத் தெரியாத அழுகையும் வேதனையும் அவளது கல்யாண புதிதில் மனதில் இருந்தது. ஊரில் மழையும் பருத்தி எடுப்பும் நின்று போனது. அவன் பிறப்பதற்கு முன்பு இதே போல பஞ்சகாலம் ஒன்று வந்ததாக அவனது வீட்டில் சொல்லியிருக்கிறார்கள். ஒரு மழை போதும் என்று ஏக்கமும் கனவுமாக இருந்தவர்களின் ஆசை மண்ணோடு மண்ணாகிப் போய் நெடுநாட்களாகி விட்டது. ஆசாரி தெரு பெண்கள் வீட்டை விட்டு தோட்டத்து வேலைக்குச் சென்று வர ஆரம்பித்ததும் இனி இந்த ஊரில் இருக்கக்கூடாதென்று தச்சாசாரிமார்கள் பலரும் பிழைப்புத் தேடி சென்றுவிட்டனர். சென்றாயல்தான் முதலில் ஊரை விட்டு டவுனுக்குப் போனது. அவனுக்கு வெளியூரில் பழக்கமிருந்தது. டவுனில் சம்பளம் கொடுத்து சோறும் போடுவதாக கேள்விப்பட்டு வீட்டுச்சாமான்களை எடுத்துக்கொண்டுப் போனான். அவனது பங்காளிகளும் குடும்பத்துடன் ஊரைவிட்டு செல்வதன்ற முடிவுக்கு வந்த பிறகு தலைமலை ஆசையாக வளர்த்த கருப்பு நாயைத் தனியாக விட்டுவிட்டு டவுனில் வேலைக்கு சென்று விட்டான். ஊரில் இரவு நேரத்தில் நாய்களும் பூனைகளும் தெருவில் பசிக்கு சத்தமிட்டு அலைவது துக்கமானதாக இருக்கிறது.

தலைமலை ஆசாரியின் தம்பி வீட்டில் ஒரு வெள்ளாட்டம் குட்டி இருந்தது. அவனுக்கு கடனுக்குப் பணம் தந்த செட்டிமார்கள் திரும்பவும் வாங்கமுடியாது என்று நினைத்து குட்டியைத் தூக்கிக் கொண்டுப் போய்விட்டனர். ஆசாரிவீட்டு ஆட்டுக்குட்டியின் கண் களும் முகமும் அழகாகயிருக்கும். ஆட்டுக்குட்டியின் கொம்புகளுக்கு பெயின்ட் அடித்து வீட்டின் முன்னால் கட்டிப்போட்டிருக்கிற அழகே அலாதியானது தான். தலைமலை சென்ற பிறகு ஆசாரித் தெருவில் வெங்கிட்டோடு சேர்த்து இரண்டு மூன்று குடும்பம் மட்டும் தான் இருந்தன. தெருவிற்கு மூன்று நான்கு வீடுகள் பூட்டியே இருக்கிறது. தச்சாசாரிமார்கள் பாதி பேர் வெளியூரில் வேலைக்குச் சென்று நடு இரவில் வருகிறார்கள். மீதிபேர் வெளியூரிலேயே தங்கி வேலை செய்கிறார்கள். ஊரின் முகம் இருட்டடைந்து கிடக்கிறது.

தோட்டத்திற்குச் செல்லும் பெண்களோடு அன்னலெட்சுமியும் கூலி வேலைக்குச் சென்று வந்தாள். வெங்கிடு வேலையில்லாமல் வீட்டிலேயே இருப்பதும் தனது முன்னோர்களை நினைத்துக் கொண்டு கனவுகளில் உறங்குவதுமாக இருந்தார். தான் படுத்துக் கிடக்க பெண்பிள்ளை தோட்டத்திற்குப்போய் கொண்டுவரும் சம்பாத்தியத்தில் சாப்பிடவேண்டியதாகப் போய்விட்டது என்று

யாருமில்லாத வேளையில் அழுதார். அந்த அழுகையை அவரது முன்னோர்கள் யாரும் பார்த்து ஏதும் வழிசெய்ய தரையிறங்கி வர வில்லை. அவரது தாத்தா பாட்டிமார்களின் கண்ணீரும் வேதனை யும் ஏற்கனவே அந்த வீட்டின் கன்னிமூலையில் சேகரமாயிருந்தது. அதோடு தான் வெங்கிடுவின் நொம்பலமும் சேர்ந்து கொண்டது.

வெங்கிடசாமியும் வெளியூருக்கு பிழைப்புக்கென சென்று வருவதாக அன்னத்திடம் சொன்னார். எந்த ஊருக்குப் போவ தென்று தான் அவருக்குத் தெரியவில்லை. ஊரில் யாரிடமும் எதற்கும் யோசனை கேட்காமல் வாழ்ந்த நாட்டாமை வீட்டுப்பிள்ளையே ஊரைவிட்டுப் போய் பிழைக்க வழி தேடும் போதும் மற்றவர்கள் என்ன செய்திடமுடியும்? யார் தங்களை வேலைக்கென அழைப் பார்கள் என்று எஞ்சியிருந்த தச்சாசாரிகளுக்கு வேதனையாக இருந்தது. வெங்கிட்டு ஆசாரி புளியமரத்தை ஒத்த ஆளாக பல்லுரம்பத்தில் அறுத்துக்கொண்டு வீட்டில் சேர்த்தவர்தான். அவரது வேலை சுற்றுப்பட்டியில் கண்வைத்து கண் எடுப்பது மாதிரி யிருக்கிறதென பேசுவார்கள்.

எத்தனையோ காலங்களுக்கு முன்பு ஓடிக் கொண்டிருந்ததாகச் சொல்லப்பட்ட வெள்ளாற்றை கடந்து தான் வெளியூருக்குச் செல்லவேண்டும். கூழாங்கற்களும் பாறைகளுமாக கிடந்தது ஆற்றுப் பாதை. ஊருக்குள் வெள்ளம் வந்த காலத்தில் பெரியகரட்டுப்பக்கம் ஓடி வாழ்ந்தவர்கள் சொல்லிக் கேட்ட ஆற்றின் கதைகள் இந்த மணலுக்குக் கீழே தான் மறைந்து இருக்கிறது. ஆறு ஓடிக்கிடந்த இடத்தில் கண் விட்டிருந்த ஊற்று கூட இப்போது மூடிக் கொண்டது.

வெங்கிட்டும் பொன்ராஜும் வேலையில்லாமல் ஊரில் என்ன செய்ய என யோசித்தனர். யாரிடமும் நயாபைசா இல்லை. வெளி யூரிலிருந்து வேலை செய்து வருபவர்கள் கொண்டு வரும் பணம் அவர்களது குடும்பத்திற்குச் சரியாகப் போய்விடுகிறது. பஸ்காரனும் காப்பிக்கடைக்காரனும் உழச்சக் காசைப் பிடுங்கிக்காரனுங்க. காலக்கொடுமைக்கு கரட்டான் காவடி எடுத்து ஆடிச்சாம். அதுக்கு வேலுமயிலுன்னு சொல்லமுடியாம வேலி மேலத்தூக்கிப்போட்டுப் போச்சாம் என்று புலம்பிக்கொண்டுதான் சம்பளத்தில் மீதமான பணத்தைத் தந்தார்கள். கூழாங்கற்களும் பாறைகளுமாக கிடந்த ஆற்றின் மணலில் உட்கார்ந்து கொண்டு ஆசாரிமார்கள் வேலைக்கு சென்றுவந்த கூத்தை பேசி தவிப்பாறினார்கள்.

“வேலையே இல்லாம எத்தனை நாளைக்கு சும்மாயிருக்கிறது. அதுக்கு டவுனுக்குப் போயி ஏதாவது செஞ்சுட்டு வந்தா இப்படி.”

“ஊரிலிருந்த நிலத்தையெல்லாம் பயபுள்ளைகள் வித்துப் போட்டு

எங்கப்போயீ புழைக்கப்போறாங்கன் தெரியலை.”

“சம்சாரிகள் எல்லாம் கரையேறிட்டாங்கப்பா. நாம தான் மரத்தையும் மனுசனையும் நம்பி ஏமாந்துட்டோம்”

“அவங்கள் பிள்ளைகளுக்கு வெளிநாட்டிலையும் வெளியூரிலையும் வேலை கிடைச்சிருச்சு. நிலத்தைச்சும்மா கொடுத்துட்டு போனா என்ன. வித்துட்டுப்போனா என்ன. எவனுக்கு வயிறு வலிக்குது”

“வெளியூர்காரங்க யாரோ வந்து பெரியபள்ளிக்கூடம் கட்டுறதுக்கு நிலத்தையெல்லாம் கிரயம் பேசிட்டானாமே. பள்ளிக்கூடம் வந்தா நமக்கெல்லாம் வேலை தருவாங்களா மாமா”

“மயித்தை செரைப்பான். நீ கனா கண்டுட்டுருப்பே. ஒன்னும் தரமாட்டான். வெளியூரிலிருந்து ஆளை இறக்கிருவான். பலசாதிக் காரங்களும் வரிசையா தட்டுமுட்டோட வந்து டேராப்போட்டு உட்கார்ந்துட்டு காசைபாத்துட்டுப் போயிருவாங்கே. நீயும் நானும் அவன் மூஞ்சியைத் தான் பாக்கனும். ஆமா”

வெங்கிடு கோயமுத்தூருக்குப் போவதென்று முடிவு செய்தார். அவருக்கு குத்தாலத்தின் ஞாபகம் வந்தது. அவன் ஊரை விட்டுப் போய் நான்கு வருடங்களுக்கு மேலாகிவிட்டது. கோயமுத்தூரில் நல்லவேலை செய்து வருகிறான் என்று அவனை பார்த்துவிட்டு வந்தவர்கள் சொல்லிக்கேட்டிருக்கிறார். அவனிடமே வேலைக்கு சேர்ந்து அவனது வீட்டிலேயே இருந்துவிடுவதெனப் புறப்பட்டார்.

2

பாக்கியம் வயிறு நிறைய தண்ணீர் குடித்துவிட்டு வாசலில் உட்கார்ந்திருந்தாள். ரேஷனில் அரிசி வாங்கி வருவதற்குள் அவளுக்கு பாதி உயிர் போய் திரும்பியிருந்தது. நான்கு கிராமங்களுக்கும் ஒரே நாளில் அரிசிபோட்டு வேலையை சுருக்கி கொள்கிறார்கள். நடவுபொழுதிற்கு முன்பாக போய் வரிசையில் நின்றப் பெண்களுக்கு மயக்கம் வந்து விழுந்து விட்டார்கள். அவர்களை தூக்கி விடுவதற்குக்கூட ஆளில்லாமல் ஜனங்கள் தள்ளிக்கொண்டு அரி சியை வாங்கினார்கள். பாக்கியம் அரிசியை வாங்கிக்கொண்டு வந்த பிறகுதான் அவளுக்கு நிம்மதியாக இருந்தது. இந்த அரிசியை வைத்து ஒரு மாதத்திற்கும் மேலாக ஓட்டிவிடலாம். பிள்ளைகளை பள்ளிக்கூடத்தில் சேர்த்துவிட்டதில் மதிய நேரத்திற்கு அங்கேயே சோறு போட்டுவிடுகிறார்கள். அந்த சோற்றையும் வரிசையில் நின்று வாங்கித் திங்க வேண்டியதாயிருக்கிறது. தன் பிள்ளைகள் பட்டினி யோடு கிடப்பதை பார்க்கமுடியாமல் பள்ளிக்கூடத்திற்கு அனுப்பி விட்டாள். ஈயத்தட்டு வாங்கிக்கொண்டு வருபவர்களுக்கு தான் முதலில்

பள்ளிக்கூடத்தில் இடம் தந்தார்கள். தட்டுகள் வாங்குவதற்கு அவளிடம் காசில்லை. செட்டியாரம்மாவிடம் கேட்டதற்கு கடனுக்கு இனி பணம் தரமுடியாது என்று சொல்லிவிட்டாள். களத்தில் வேலையில்லை. தோட்டத்துவேலை கூலியில் கழித்துக் கொள்ளலாமென கெஞ்சினாள். செட்டியாரம்மா தன் வீட்டிலிருந்த பழைய ஈயத்தட்டை எடுத்து கொடுத்துவிட்டாள். அந்த தட்டில் தான் அவளது பிள்ளைகள் சோறு வாங்கித் தின்பதற்கு பள்ளிக் கூடம் போய்வந்தார்கள். சோற்றில் புழுவும் சின்னச்சின்னப்பூச்சியும் இருக்கிறதென அழுது கொண்டே பிள்ளைகள் சொன்னதும் அவளுக்கு வாந்தி வந்துவிட்டது. தன் பிள்ளைகளையும் தன்னையும் இப்படித் தவிக்க விட்டுவிட்டு வேலைக்குப் போன மனுஷன் என்னாவனானோ என்று அழுதாள்.

தன் பிறந்த வீட்டுத் தரித்திரியம் இங்கேயும் வந்து சேர்ந்து விட்டதை நினைக்கும் போது அவளுக்கு மருந்து குடித்து இறந்து போன சின்னத்தாயின் முகமும் அவளது பிள்ளைகளுமே ஞாபகத்திற்கு வந்தனர். அவளது பிள்ளைகளும் ஈயத்தட்டுகளுடன்தான் பள்ளிக் கூடத்திற்குப் போய் வந்தார்கள். சின்னத்தாயி இறந்த பிறகு அவளுக்கு துணைக்கென இருந்த அன்னமும் ஊரைவிட்டுப் போய் விட்டாள். பாக்கியம் தனியாகத்தான் செட்டியார் தோட்டத்திற்கு நடவுக்கும் அறுப்புக்கும் போய் வந்தாள். செவ்வானத்தையும் மஞ்சள் வெயிலையும் தனது பிள்ளைகளையுமாகப் பார்த்து நாட்களை ஓட்டிக் கொண்டிருந்தாள்.

இன்றும் நாளைக்கும் வேலையில்லை. களத்தில் தட்டைப்பயிர் அடித்துத் தூற்றப் போகவேண்டும். அதற்குப்பிறகு தலையில் என்ன எழுதியிருக்கிறது என்று அவளுக்குத் தெரியவில்லை. பொன்ராஜ் இருக்கும் விலாசத்தை பலரிடமும் கேட்டாள். யாருக்கும் தெரியவில்லை. அவனை அழைத்துச் சென்றவர்கள் என்ன சொல்லி அழைத்துச் சென்றார்களோ. காண்ட்ராக்டர்கள் எல்லா வேலையும் முடிந்த பிறகு தான் அனுப்புவார்கள். சாப்பாடு போட்டு தூங்கு வதற்கு இடத்தை தந்து பூட்டிவைத்து விடுவார்கள் என்று ஊரில் பேசிக்கொண்டனர். அவளுக்குக் கேட்கக்கேட்கப் பயமாக இருந்தது. ஊரின் வடக்கில் இருந்த காமாட்சியம்மாளையும் பொது தெய்வ மான நொண்டிகருப்பனையும் சௌடம்மாளையும் வேண்டிக் கொண்டாள். விளக்குப் போடுவதில் துவங்கி சூடம் பொருத்திப் பிறகு வெறும் கையில் கையெடுத்து கும்பிட்டு அழுத கண்களோடு வீடு திரும்பினாள். பிள்ளைகள் கேட்பதற்குத்தான் அவளால் பதில் சொல்லமுடியவில்லை. அவர்கள் நைனா நைனா என்று இரவில் அழுது பிறகு நைனா பொன்ராஜ் இல்லாமலேயே தூங்கி எழப்பழகி விட்டனர்.

பாக்கியத்தின் கையில் இரண்டு ரூபாய்தான் இருந்தது. பிள்ளைகள்

பள்ளிக்கூடம் விட்டு வீடு திரும்பியதும் பலசரக்குக் கடையில் எண்ணெய் வாங்கி இருவரின் தலையிலும் தேய்த்துவிட வேண்டுமென்று நினைத்தாள். பிள்ளைகள் வரும் நேரம்தான். அவள் வாசலில் உட்கார்ந்திருந்தாள். முதலில் தெருப்பிள்ளைகள் வரிசையாக வரத் தொடங்கின. அவர்களது கையில் ஈயதட்டுகளில் மீதமான சாதமும் குழம்பும் இருந்தது. பிள்ளைகள் சாப்பாட்டை பத்திரப்படுத்திக் கொண்டுவருவதற்குப் பழகி விட்டிருந்தனர். பள்ளிக்கூடத்துப் பிள்ளைகளுக்கென காத்திருக்கும் கைக்குழந்தைகளும் சத்தம் கேட்டு வாசலுக்கு வந்து நின்று கொண்டனர்.

பாக்கியம் எழுந்து வீட்டிற்குள் சென்றாள். தேங்காய் எண்ணெய் வாங்குவதற்கு வைத்திருந்த ரூபாயையும் பாட்டிலையும் எடுத்துக்கொண்டு வந்தாள். பிள்ளைகள் சாயங்கால வெயிலுக்குள் நடந்து போவது போல இருந்தது. வெயிலும் நிழலுமாக கிடந்தத் தெருவின் நிறம் பிள்ளைகளின் சத்தத்தால் மாறிப்போனது. பாக்கியம் பாட்டிலில் தூறில் ஒட்டியிருந்த கசடான எண்ணெய்யை உள்ளங்கையில் தட்டித் தட்டி கால்களிலும் கைகளிலுமாகத் தேய்த்துக் கொண்டாள். கருப்பும் மஞ்சளுமாக இருந்த தேங்காய் எண்ணெய் கெட்டவாடை அடித்தது. கழுவிவைக்கலாமா என யோசித்தவள் பிறகு பழையத்துணியை வைத்து துடைத்து வைத்தாள். தெருவின் முக்கு வரைப்பார்த்தாள். பிள்ளைகள் இன்னமும் வரவில்லை. பள்ளிக்கூடம் விட்டதும் வந்துவிடுபவர்கள் ஏன் இன்று தாமதமாகிறது என்று எழுந்து நின்று கொண்டாள். வழக்கமாக அவர்களுடன் வரும் பிள்ளைகள் வந்துகொண்டிருந்தார்கள். அவர் களுடன் தன் பிள்ளைகளும் வருகிறார்களா என எட்டிப் பார்த்தாள். வரவில்லை. அவளுக்கு பயம் வந்துவிட்டது. அந்த பிள்ளைகளிடம் விசாரித்தாள். அவர்கள் தட்டைத் தொலைச் சுட்டுத் தேடிக்கிட்டு இருக்குறாங்க என்றார்கள். பாக்கியத்திற்குத் திக்கென்றானது.

“எப்போடீ தொலைச்சாங்க”

“தெரியலையக்கா. காலையில ரீசஸ் பீரியர்டு முடிஞ்சதிலிருந்துதான் காணலை”

பாக்கியம் வீட்டின் கதவை சாத்திவிட்டு தெருவில் இறங்கி நடந்தாள். முக்கைத் தாண்டியதும் அவளுக்கு அழுகை வந்து விட்டது. ஈயத்தட்டு வாங்கவேண்டுமென்றால் காசு வேண்டும். ஈயத்தட்டு இருந்தால் தான் பள்ளிக்கூடத்திற்குள் விடுவார்கள். கையில் காசில்லாத நேரத்தில் இப்படிப் பிள்ளைகள் செய்து விட்டதே என்று நடையை எட்டிப்போட்டாள். தூரத்தில் பிள்ளைகள் வருவது தெரிந்தது. அவளுக்கு ஆத்திரம் ஒரு பக்கம் இருந்தாலும் பிள்ளைகள் அழுவதைப் பார்த்ததும் அவளுக்கும் அழுகை கூடியது. பிள்ளைகள் இருவரும்

அவளை நெருங்கியதும் ஆத்திரத்தில் ஓங்கி அடித்துவிட்டாள். ஏற்கனவே அழுது கொண்டிருந்த பிள்ளைகள் அவள் அடித்ததும் சத்தமாக அழத்தொடங்கின. பிள்ளைகள் நடு ரோட்டில் அழுவதை நடந்து செல்பவர்கள் வேடிக்கையாகப் பார்த்து யோஜ்சுருமணை கெண்டித்தீயீ ஆங்காரணநோடுணே என்று சொல்லியபடி கடந்தனர்.

பாக்கியம் நோருன முயீ கேடீதி. நோருன முயீ எனுமு என்று மேலும் அடித்தாள். பிள்ளைகள் அவளுடன் நடந்து வர பயந்தவர்களாக தெருவில் விழுந்து புரண்டனர். அவளுக்கு ஆத்திரம் அதிகமாயி பிள்ளைகளை இழுத்தாள். பிள்ளைகளின் அழுகை தெரு முழுக்க கேட்டது.

பாக்கியம் பிள்ளைகளைத் தூக்கிக்கொண்டு வீட்டிற்கு வந்த போது செட்டிமார் வீடுகளில் உலைவைத்து சோறாக்கும் பொழுதாக இருந்தது. வீட்டின் முன்னால் உட்கார்ந்து கொண்டு அழுதவளை பக்கத்துவீட்டுப் பெண்கள் விசாரித்துவிட்டு சென்றனர். ஈயத்தட்டு காணாமல்போனதிற்கா இப்படிப்போட்டு பிள்ளைகளை அடிப்பா போ நல்லாயிருக்கா. இப்படி ஆங்காரமா இருக்காதடீ என்று திட்டிவிட்டுச் சென்றனர். அவள் அழுத பிள்ளைகளைப் பார்த்தாள். பயந்துபோய் படுத்துக்கிடந்தனர். தன் பிள்ளைகளை இப்படி ஒரு நாளும் அடித்தது இல்லையே என்று வருந்தியவளாக அவர்களை அழைத்து மடியில் படுக்கவைத்துக் கொண்டாள். பிள்ளைகள் இருவரும் சமாதானமானவர்களாக அழுகையை விட்டனர். பெரியபிள்ளைதான் அம்மா மதியம் நாங்க ஒன்னும் சாப்பிடலை என்றாள். பாக்கியத்திற்கு நெஞ்சு அடைத்துக் கொண்டுவந்தது. காலையில் ஈயத்தட்டுத் தொலைந்து போனதால் டீச்சர் அவர்களுக்கு சாப்பாடு போடவில்லை. நாளைக்கும் தட்டு இல்லாமல் வந்தால் வகுப்பிற்குள் நுழையவிடமாட்டேன் என்று திட்டி அனுப்பிவிட்டதாகச் சொன்னார்கள். பாக்கியம் தன் பிள்ளைகளை கட்டிக்கொண்டு ஹோவென்று அழுதாள்.

பாக்கியத்திற்கு செட்டியாரம்மாளை விட்டுவிட்டு வேறு யாரிடமும் கடன் கேட்க மனமில்லை. ரேஷன் அரிசியை உலையில் போட்டுவிட்டு பிள்ளைகளின் அருகாமையில் உட்கார்ந்து கொண்டாள். தெருவில் விளையாடிய பிள்ளைகள் தங்களுடன் அவர்களையும் விளையாடுவதற்கு அழைத்தார்கள். பிள்ளைகள் பாக்கியத்தின் அருகிலேயே உட்கார்ந்து கொண்டார்கள். தன் பிள்ளைகள் விளையாடக்கூடச் செல்லாமல் கவலையாகக் கிடக்கிறதே என நினைத்தவள் வடிந்த கண்ணீரைத் துடைத்துக் கொண்டாள்.

மூத்தவள்தான் பள்ளிக்கூடத்திற்குப் போவது பற்றி கவலை

கொண்டவளாக தன் தாயின் முகத்தை பார்த்துக்கொண்டிருந்தாள். டீச்சர் அவளிடம் காதைத்திருகி தட்டோடுதான் பள்ளிக்கூடத்திற்கு வரவேண்டும் இல்லையின்னா படியேறாதே என்று கண்டிப்பாகச் சொல்லிவிட்டார்கள். அதை அப்படியே தன் அம்மாவிடம் சொன்னதும் பாக்கியத்திற்கு கவலை அதிகமானது. ரேஷனில் வாங்கிய அரிசியை விலைக்குப்போட்டு விடலாமெனப் பக்கத்துத் தெருவிற்குப் போனாள்.

“ரேஷன்கார்டை வேணுமினா கொடுத்து கடனுக்கு ரூபாய் வாங்கிக்கோ. பிறகு வட்டிக்கொடுத்து மீட்டுக்கோ” என்று அவர்கள் சொன்னார்கள்.

“ரேஷன் அரிசி யாரும் வாங்கலையா.”

“வேற தெருவிலை வேணா கேட்டுப்பாரு பாக்கியம்”

அவள் பதில் பேசாமல் நின்றாள். ரேஷன் அரிசியை அவர்கள் வாங்குவதில்லை என்று சொல்லி அனுப்பிவிட்டனர். அவளுக்குத் தெரிந்தவர்களிடமெல்லாம் அரிசி வேண்டுமா என்று கேட்டுப் பார்த்தாள். ஆசாரி வீட்டு தரித்திரியம் தங்களுக்கு வந்துவிடுமென்று யாரும் வாங்கவில்லை போலும். அன்னமும் சின்னத்தாயும் தன்னுடன் இருந்திருந்தால் தன் கவலையையாவது சொல்லி ஆசை தீர அழுதிருக்கலாமே என்று அரிசியை கொண்டு வந்து வீட்டில் போட்டாள். தொத்தியில் அரிசியைப் போடுவதும் பிறகு அதை வாரி எடுப்பதும் அவளுக்கும் எரிச்சலாகயிருந்தது.

3

காய்ச்சல் வந்து மூன்று நாட்களுக்கும் மேலாகப்படுத்திருந்த முத்தம்மக்கா நடுஜாமத்தில் சத்தமும் அழுகையுமாக ஊரை எழுப்பி விட்டு கண்மூடிகொண்டாள். முத்தமக்கா இறந்ததற்கு எப்படியும் பொன்ராஜூம் அன்னமும் வந்துவிடுவார்கள் என்று நம்பினார்கள். முத்தமக்கா இறந்தன்றே எடுத்துவிடவேண்டும் என்று ஊரில் பேசி விட்டனர். மூன்று மாதம் படுத்திருந்து இறந்தவள். இரவு நேரத்தில் மயானக்கரைக்கு எடுத்து சென்றார்கள். பெட்ரோமாக்ஸ் வெளிச் சத்தில் செவ்வந்திப்பூக்களும் மல்லிகைப்பூவுமாக ஜோடித்து வைத் திருந்த முத்தமக்காவை தூக்கிச் செல்லவே மனமேயில்லை. மஞ்சள் பூசிய முகத்திற்கும் முத்தமக்காவுக்கும் என்ன ஒத்துமையிருக்கிறதோ.

"பெத்தப்பிள்ளையை கூட பார்க்கமுடியாமல் போயிருச்சே பாவம் முத்தமக்கா”

"அன்னலெட்சுமிக்கு தாக்கல் போயிருச்சா செல்லக்கண்ணு”

“அவ்வூ சாமி ஆ அம்மாகாரு எக்கடப்போயீ வுண்டேருன்னு தெலுசுன்னு செப்புத்துரு”

ஊருக்குத் தகவல் சொல்லும் செல்லக்கண்ணு சுத்து கிராமங்களுக்கும் டவுனுக்கும் போயி சொல்லிவிட்டுத்தான் வந்தான். தகவல் தெரிந்து பாதிபோருக்கும் மேல் வந்து சேர்ந்துவிட்டார்கள். கடைசி நேரத்தில் டவுனிலிருந்து வந்தவர்கள் தந்த விலாசத்திற்கு தந்தி கொடுத்து பொன்ராஜிற்கு தகவல் தெரியப்படுத்தினார்கள். பிறகு பொன்ராஜ் வந்து அன்னத்திற்கு தந்தி தந்தான். அவள் இருக்கும் இடம் எப்படியோ அவனுக்குத் தெரிந்திருந்தது அவனும் பால் தெளிப்பு முடிந்துதான் ஊருக்கு வந்தான். கேதவீட்டில் அவனைச் சுற்றித்தான் கூடி அழுதனர். அழாதப்பெண்கள் பாவம் செய்தவர்கள்.

தன் அக்கா முத்தம்மாவை நினைத்து நினைத்து அழுதவனாக விட்டிற்குள் சென்றான். அவளிருந்த கூரைகள் இற்றுப் போயிருந்தது. கட்டைவிழுந்த இடத்தில் பழைய காகிதங்களை வைத்து அடைத்து வைத்திருந்தாள். தன் அக்காவின் வீட்டின் கூரையைப் பார்த்ததும் அழுகத் தொடங்கிவிட்டான். அவனது அழுகை ஊரிலிருந்த தெருக்களின் வழியாகக் காற்றைப் போல நகர்ந்து சென்றது. தான் கொண்டு வந்த புதிய சேலையை விரித்துப்போட்டு நடுவீட்டில் புரண்டு அழுதான். அவனை பாக்கியத்தினால் சமாதானம் செய்ய முடியவில்லை. யாவரையும் பிரிந்திருக்கும் வேதனையும் ஏக்கமும் அவனை வலிமையிழக்க செய்திருந்தது. தெருக்காரர்கள் உறங்கட்டுமென விட்டுவிட்டு சென்றனர்.

4

அன்னலெட்சுமிக்கு அவளது அம்மா இறந்ததை சொல்லுவதற்கென்று யாரும் வரவில்லை. அவள் இறந்து போன சேதி ஒவ்வொரு ஊராக பிழைக்கப்போன தச்சாசாரிகளின் வழியாக கடந்து கொண்டிருந்தது. வெங்கிடுவுடன் வேலை செய்பவர்கள் முத்தக்கா இறந்து போனதை மூன்று தினங்கள் கழித்துச் சொல்லியிருக்கிறார்கள். தகவல் கிடைத்த இரவு அவர்கள் இருவர்களுக்கும் உறக்கம் வரவில்லை. வெங்கிடுவுடன் தான் ஊருக்குச் செல்வதாக சொன்னாள். அன்னத்தினால் இனி இங்கு இருக்கமுடியாது என்பதை அவர் புரிந்து கொண்டார். குத்தாலத்திடம் தானும் அன்னமும் ஊருக்குப் போய் வருவதாகச் சொன்னதும் குத்தாலத்திற்கு கோபம் வந்துவிட்டது.

உனக்கு அட்வான்ஸ் வாங்கிட்டேன். பணத்தை வாங்கினப் பிறகு எங்கேயும் அனுப்பமாட்டாங்க. நீ பாட்டுக்கு ஊருக்குப்போய் இருந்துட்டேன்னா பணத்தை நானா தரமுடியும். அந்த பிள்ளையை மட்டும் பஸ் ஏத்தி அனுப்பிவைப்போம் என்றான். வெங்கிடு பயந்து போய் சரி என்றார். அவருக்கு இதெல்லாம் புதிதாக இருந்தது. பெற்ற தாய் இறந்து போனதைப் பார்க்க முடியாதபடி

தனது பிழைப்பும் தலைவிதியும் இருக்கும் போது யாரை என்ன சொல்வதென்று விட்டுவிட்டார். அவளை தனியாக ஊருக்கு அனுப்ப மனமில்லாமல்தான் பஸ் ஏற்றிவிட்டார். அன்னலெட்சுமி மட்டும் உட்கார்ந்திருப்பதை பார்த்ததும் அவருக்கு அழுகை வந்துவிட்டது. பாவிகளா ஒத்தை ஆளா போகவிட்டுட்டீங்களேடா என்று தவித்தார். சூசிப்போம்மா அன்னம். சூசீப்போம்மா தாயீ என்று பஸ் நகரும் வரை சொல்லிக்கொண்டிருந்தார்.

அன்னம் ஊரிலிருந்து வரும் போது தன் அம்மாவைப் பார்த்துக் கொள்ளும்படி பாக்கியத்திடம் சொல்லிவிட்டுத்தான் வந்தாள். பாக்கியமும் அவளும் ஒன்றாகத்தான் தோட்டத்து வேலைக்கு சென்று வருவார்கள். கடைசியாக பாக்கியத்தை பார்த்த போது களத்தில் தட்டாம்பயிரை காயப்போட்டுக் கொண்டிருந்தாள். பத்து மூடை தட்டாம்பயிறு மட்டும்தான் தோட்டத்தில் எடுத்திருந்தார்கள். மீதி தோட்டத்தில் ஒன்றும் போடாமல் வெறுமனே விட்டு விட்டிருந்தனர். செடியிலிருந்து பிடுங்கிய காய்களை ரோட்டில் போட்டு காயவைப்பதற்கு முந்தியெல்லாம் பத்து இருபது பேர் வேலைக்கு வரச்சொல்லி கூப்பிட்டுவிடுவார்கள். ரோட்டில் காயப் போட்டு வெயிலுக்கென்று ஐஸ் வாங்கி தின்றதை அவள் மறக்கவேயில்லை. எழுபது என்பது மூடைகாய்களை பிடுங்கிய தோட்டத்தில் வெறும் பத்து மூடைகாய்கள் மட்டும் தான் பிடுங்கிக்கொண்டு ரோட்டில் போட்டிருக்கின்றனர். பாக்கியத்திற்கும் சக்கிலியத்தெரு வீருசின்னுவிற்கும் மட்டும்தான் வேலை.

ஊருக்குப்போகும் போது அன்னத்தை பார்த்து பாக்கியம் அழுதே விட்டாள். அவள் நீ இருடீ. அவங்க வேணாப்போகட்டும் என்று சொன்னாள். அன்னத்தினால் பதில் பேச முடியவில்லை. இனி ஊரில் இருந்து என்ன செய்வது என்ற வேதனைதான் அவளை பேசவிடாது செய்தது. பொன்ராஜின் ஞாபகமும் வேலையில்லாமல் பாதிவயிற்று பட்டினியும் அவளது மனதை மாற்றியிருந்தது. ஒன்றும் பதில் சொல்லாமல் வந்துவிட்டாள். பாக்கியம் அழுது கொண்டே நீ போயிட்டேனா எனக்கு யாருடீ இருக்கா. எனக்கு யாருடீ இருக்கா என்று ரோட்டைத் தாண்டி வரும் வரை அழுதது அவளுக்கு கேட்கத்தான் செய்தது. பல்லைக் கடித்துக்கொண்டு வந்து விட்டாள்.

அன்னத்திற்கு தன் அம்மாவை இனி தன்னால் என்றும் பார்க்க முடியாது என்று நினைக்கும் போது தான் அழுகை அவளையும் மீறி கிளம்பியது. பஸ்ஸில் வாயைப் பொத்திக்கொண்டு அழுதாள். அப்படியும் சத்தம் பக்கத்திலிருப்பவர்களுக்குக் கேட்கத்தான் செய்தது. முத்தக்காவிற்கு தன் தம்பி பொன்ராஜை மருமகனாக்கிக்கொள்ள வேண்டுமென்று அவள் பிறந்ததிலிருந்து ஆசையாக இருந்தது.

யாருடைய ஆசையையும் நடந்தேறச் செய்யவிடாத ஊர் போல இது.

அன்னலெட்சுமி ஊருக்குள் நுழைந்ததும் பூட்டிக்கிடக்கும் ஆசாரிமார் வீடுகளையும் அதன் வாசலில் உறங்கிக் கிடக்கும் நாய்களையும் தான் பார்த்தாள். தெருவின் இருட்டும் விளக்குகள் எரியாத வாசலுமாக ஆசாரிமார்வீதி கிடந்தது. அவள் நடந்து போகும் சப்தம் கேட்டு விழித்துக்கொண்ட நாய்கள் யாரோ வேற்றாள் என்று குலைக்கத்தொடங்கியது. வாசலில் வந்து எட்டிப்பார்த்த செட்டி மார்களும் தெருவுக்குள் அலைந்து கொண்டிருந்த ஏகாலிவீட்டுப் பெண்களும் அன்னத்தைப் பார்த்து பேசினார்கள். ஊரில் புதிதாக டெலிபோன் பூத்துகள் மஞ்சள் நிறபிசாசு போல அந்த இரவில் நின்றிருந்தது. வேலைக்குப் போன சம்சாரிகளின் பிள்ளைகளோடு பேசுவதற்கும் டவுனிலிருப்பவர்களுடன் பேசுவதற்கும் மிட்டாய் கடைக்காரர்கள் கூட பூத்கடைகள் வைத்துவிட்டார்கள். மஞ்சள் பிசாசு தன் கண்களை திறந்து அவளை வா வா என்று அழைத்துக் கொண்டிருந்தது. தெருவுக்கு ஒரு பிசாசு நின்றிருந்தது.

அன்னம் முதலில் பாக்கியத்தின் வீட்டுக்குத்தான் சென்றாள். அவளுக்கு பொன்ராஜைப் பார்த்து அழவேண்டும் போலிருந்தது. அவனது ஞாபகம் இன்னும் தனது மனதில் இருப்பதை நினைக்கும் போது அவளால் அழாமல் இருக்கமுடியவில்லை. பாக்கியம் அவளைக் கண்டதும் ஓடிவந்து கட்டிக்கொண்டாள். ஓரியே ஓரியே என்று மட்டும் தான் அவளால் பேசமுடிந்தது. மேற்கொண்டு எதுவும் பேசமுடியவில்லை. இருவரும் அழுவதைப்பார்த்து பிள்ளைகள் விழித்துக்கொண்டன. பக்கத்து வீட்டிலிருந்தவர்கள் கூடிவிட்டனர். பாக்கியமும் அன்னமும் அந்த இரவு நேரத்தில் முத்தமக்காவின் வீட்டிற்கு சென்றனர். முத்தமக்கா வீட்டில் பொன்ராஜ் படுத்திருந்தான்.

அன்னலெட்சுமி தன் அம்மாவின் வீட்டிற்குள் சென்றாள். வீட்டினுள் செல்வதற்கு அவளுக்கு மனமேயில்லை. தான் வளர்ந்த வீட்டின் வாசல்படியையும் தான் பிறந்த வீட்டின் சுவர்களையும் தன் அம்மாவின் நினைவுகளுடன் பார்ப்பதற்கு அவளுக்கு வேதனையாக இருந்தது. வீடு முழுக்க தூசியும் குப்பையுமாக இருந்தது. மூலையில் உட்கார்ந்து கொண்டு அழுதாள். நின்றிருந்தவர்கள் அவளை சமாதானப்படுத்தினார்கள். அவளால் அழுவதை நிறுத்த முடியவில்லை. பாக்கியத்தின் பிள்ளைகள் அருகில் வந்து உட்கார்ந்து கொண்டு சின்னம்மா சின்னம்மா என்று கண்ணீர் விடத் தொடங்கினர். அவள் மூத்தவளைப் பார்த்ததும் இழுத்துக் கட்டிக் கொண்டாள். மூத்தவள் அப்படியே பொன்ராஜின் சாயலில் இருப்பாள் கைநழுவிப்போன காலத்தின் ஞாபகம் யாருடைய சாயலில் இருந்தால் என்ன என்று அழுவதை நிறுத்திக்கொண்டாள். அரிக்கேன் விளக்கை எடுத்துக்கொண்டு உள்ளறையிலிருந்து பொன்ராஜ்

வந்தான். அவளுக்கு மனதிலிருந்த ரணமெல்லாம் குறைந்துவிட்டது போலானது. அவள் அழுகையை நிறுத்திக்கொண்டாள்.

"மாமாவும் இங்கதான் இருக்காங்களா பாக்கி"

பாக்கியம் ஒன்றும் பேசவில்லை. தான் சென்று சாப்பாட்டிற்கு ஏதாவது செய்து கொண்டு வருவதாகச் சொல்லி சென்றாள். பிள்ளைகள் பொன்ராஜ் கொண்டு வந்த விளக்கு வெளிச்சத்தில் விரல்களை வைத்து விளையாடத்தொடங்கின. அன்னம் தலை கவிழ்ந்தவளாக எங்கம்மாவை பார்க்கமுடியாமலேயே போயிருச்சு மாமா என்று திரும்பவும் அழுதாள். அவன் கூட்டிவைத்திருந்த இடத்தில் உட்கார்ந்து கொண்டான்.

“வேலையெல்லாம் அந்தப்பக்கம் பரவாயில்லையா” பேச்சை மாற்றி விட்டான். அவளும் கண்களைத் துடைத்துக்கொண்டு பதில் சொன்னாள்.

“ஜவுளிக்கடை வேலைக்குப் போனாங்க. கண்ணாடியை அறுக்கிறேன்னு உள்ளங்கையில் இழுத்துவிட்டுருச்சு. ஆஸ்பத்திரிக்கு இரண்டு நாளா அலைஞ்சோம். காய்ச்சவந்துருச்சு. சம்பாதிக்கிறதை டாக்டருக்கும் மாத்திரைக்கும் தந்திட வேண்டியதாயிருக்கு. குத்தாலம் அவங்க வீட்டை காலி செய்ய சொல்லிட்டாரு. வேலைக்கு போற தாயிருந்தா வீடு பாக்கனும். இல்லை ஊரை பாத்துத்திரும்பி வரனும்.”

“வெங்கிடு என்ன யோசனை செஞ்சு வைச்சுருக்காரு”

“என்னைய ஊருக்கு அனுப்புச்சுட்டு உங்ககூட வந்திருக்கலாமான்னு அவருக்கு ஒரு யோசனையிருக்கு மாமா”

“என் பொழப்பு நாறிப்போயிருக்கு. நீ வெளியிலச் சொல்லிட்டே. நான் சொல்லாமல் இருக்கேன்”

பிள்ளைகள் மதிலில் நாய்முகத்தை விரலில் காட்டி விளையாடினார்கள். இருவரும் பேசுவதை விட்டுவிட்டுப் பார்த்தனர்.

பாக்கியம் சோறாக்கி ரசம் வைத்து கொண்டுவந்து தந்தாள். ரசத்தின் புளிப்பும் காரமும் அவளது காதடைப்பிற்கும் அழுதழுது வறண்டிருந்த நாக்கிற்கும் சுகமாகயிருந்தது. நீண்ட நாட்களுக்குப் பிறகு தனது ஊரின் தண்ணீரையும் சாப்பாட்டையும் சாப்பிட்டு முடித்தவள் பாக்கியத்தோடும் பிள்ளைகளோடும் படுத்துக் கொண்டாள்.

மேலத்தெருவில் அதிகாலையில் வாசல் தெளித்துக் கூட்டும் போது செட்டிமார் வீட்டுப்பெண் தன் எதிர்வீட்டு ஆசாரிப்பெண் இன்னமும் வாசல் தெளிக்காமல் இருக்கிறாளே என கதவை தட்டினாள்.

தச்சாசாரியின் மனைவி தூக்குப்போட்டுக் கொண்டு இறந்து கிடந்தாள். நடுஇரவுக்கு மேல்தான் அவள் தூக்குமாட்டியிருக்க வேண்டுமென பேசிக்கொண்டனர். முத்தமக்கா இறந்ததற்கு அவள்தான் முன்னின்று எல்லா வேலைகளும் செய்தாள். அவள் அழுகாமல் பிணத்தை குளிக்கச் செய்ததும் மாற்று உடைக் கட்டிவிட்டதும் இதற்குத்தானா என்று யாரோ இறக்கிப் போட்ட போது சொல்லி அழுதார்கள்.

ஊரில் இரண்டாவது சாவு விழுந்து விட்டதும் ஏகாலி குடும்பமும் அம்பட்டையனும் அழுது கொண்டே அப்பச்சிமார்கள் வீட்டிலே இப்படியா என்று குத்தவைத்து உட்கார்ந்து கொண்டார்கள். தூக்குப் போட்டுக் கொண்டவளின் கணவன் எந்த ஊருக்கு வேலைக்குப் போயிருக்கிறான் என்று யாருக்கும் தெரியவில்லை. ஆள் விட்டுத் தேடியும் கிடைக்கவில்லை. எந்த ஊரில் போய் எப்படி தேடுவது என்று வரும்போது வரட்டும் என்று விட்டுவிட்டனர். அவளை அடக்கம் செய்து விட்டுவந்த போது ஊரே தனது பயந்த முகத்தை மறைத்துவைத்துக்கொள்ள முயன்று கொண்டிருந்தது. யாரும் யாரிடமும் பேசிக்கொள்ளவில்லை. பேசுவதற்கு ஒன்றும் இல்லையென்பது போல அமைதியாக கிடந்தனர். யார் இனி சாகப்போகிறார்கள் என்பது போல காற்று மரங்களின் ஊடே கடந்து கொண்டிருந்தது. உதிர்ந்த இலைகளும் வீடுகளில் எரியும் விளக்குச்சுடரும் இரவில் யார் கண்ணிலும்படாமல் அசைந்துகொண்டிருந்தது. நாய்கள் தங்களுக்குப்பழக்கமான இடத்தில் உறங்கிக்கொண்டிருந்தது. தூக்குமாட்டிக் கொண்டவளின் வீட்டை பூனைகள் சுற்றிவரத் தொடங்கின.

ஆயிரம் கால்கள் கொண்ட பூரான்

1

ஒரு நிறத்திலிருந்து அவளது பூரணத்தை உணரத்தொடங்கினாள். ஒரு பாடலிருந்து அவள் தனது வாழ்க்கையைக் கற்றுக் கொள்கிறாள். ஒரு நீரோடையிலிருந்து, ஒரு சிறிய இலையிலிருந்து, ஒரு இன்னும் ஏதோ ஒன்றிலிருந்து எண்ணற்றதைக் கற்றுக்கொள்ள முயன்றிருக்கிறாள். இப்போது அவள் கற்றுக்கொண்டதிலிருந்து நீங்கள் பரீட்சித்துப் பார்க்க வேண்டிய வேளை வந்துவிட்டதாக அழைப்பு விடுக்கிறாள். நீங்கள் என்ன கேட்கப்போகிறீர்கள் அல்லது உங்களது கேள்வியின் பொருளென்ன என தெரியவில்லை இல்லையா? சரி உங்களது காலத்தின் முன் விழும் நிழலைக் கடந்து வாருங்கள். வந்துவிட்டீர்களா? இப்போது என்ன செய்வது என்று அவளிடமே கேட்டுக் கொள்ளுங்கள். கேட்டுவிட்டீர்களா? அவள் சொன்னது உங்களுக்குப் புரிந்துவிட்டதா? முதல் கேள்வியை அவள் முன் வையுங்கள். உனது வயதென்ன? இரண்டாவது கேள்வியை அவள் முன் வையுங்கள் உனது பெயரென்ன? மூன்றாவது கேள்வியை சொல்லுங்கள். நீ எங்கிருந்து வருகிறாய்? கேட்டுவிட்டீர்களா. அவள் சொல்கிறாள். "ஆதியிலேயே இருந்தவளான எனது பெயர் ஏவாள். இந்த மண்ணின் வயதென்னவோ அதுவே என் வயதாகும். துரதிருஷ்டமாய் பிற்பாடு உண்டானவனான ஆதாம் முதலில் தோற்றம் கொண்டவனாய் எழுதப்பட்டான். நீ உணர்வாயா எனக்காக உண்டாக்கியவன்தான் ஆண் என்பதை"

2

சாரதா தனது நீண்ட கூந்தலை கொண்டையிட்டுக் கொண்டாள். குளியலறையிலிருந்த சோப்புக்கட்டியை எடுத்து முகர்ந்து கொண்டபடியே உடைகளை களையத்தொடங்கினாள். உடைகளைத் தொங்கப்

போடும் இடத்தில் இருந்த மரச்சட்டத்திற்குப் பக்கத்தில் ஒரு சிறிய ஓட்டை இருந்தது. அதிலிருந்துதான் சில வேளையில் பூரான் வரும். சாரதாவிற்குப் பூரானைப்பார்த்ததும் பயம் வந்துவிடும். பூரானை முதன்முதலாகப் பார்த்த போதிருந்த பயம் இன்னமும் அவளிடம் இருக்கிறது. அவளது வீட்டில் பூரான்கள் ஒளிந்துள்ள இடம் அவளது அம்மாவை விட சாரதாவிற்கு தெளிவாகத் தெரியும். முதன் முதலாக அவள் பூரானைப் பார்த்து பயந்து, கூச்சலிட்டபடியே குளியலறையை விட்டு வந்துவிட்டதை இன்னமும் அவர்கள் நினைவில் வைத்திருந்தனர். அவர்கள் மூவரும் திருவாதவூருக்குச் சென்று வரவேண்டுமென கிளம்பிய போதுதான் அவள் பூரானை பார்த்து பயந்து போய் குளியலறையை விட்டு ஓடிவந்தாள். சாரதாவின் அண்ணனுக்கும் கற்பகவள்ளிக்கும் திருமணம் நடந்து இரண்டு மாதங்கள் முழுமையாக முடிந்திருந்த சமயம் அது. அவர்கள் மூவரும் பேருந்தில் சென்ற போது கூட்டத்தில் அவளுக்குப்பின்பாக நின்றிருந்தவன் அவனது கால் பெருவிரலால் அவளது குதிங்காலை தடவுவதை அவள் உணர்ந்து கொள்வதற்குள் மற்றொருவன் சுண்டுவிரலால் பிடரியைத் தடவ ஆரம்பித்திருந்தான். அவளுக்கு என்ன செய்வதென்று தெரியவில்லை. ஒரே நேரத்தில் அவளை தொட்டுக்கொண்டிருந்த இருவரும் தங்களது தொடுதலின் வேகத்தையும் அதே நேரம் அழுத்தத்தையும் விரல்களின் மூலம் வெளிப்படுத்தத் தொடங்கினார்கள். அந்த வேகம் ஒரு வகையில் அவள் மீது அவர்கள் கொண்டுள்ள மோகத்தை காட்டுவதாக இருந்தது. அவர்கள் உரசிய இடம் இப்போதும் அவளுக்கு எரிச்சலைத் தந்தது. அந்த எரிச்சலையும் கூட்டத்தின் நெரிசலையும் அவள் தாங்கிக் கொள்ளவேமுடியவில்லை. அவளது கண்டு கொள்ளாத செயலை அவர்கள் தங்களுக்கான அனுமதியாகவே அவர்கள் இருவரும் எடுத்துக்கொண்டிருந்தனர் போலும். முன் போலில்லையென்றாலும் இப்போது வேகத்தை மட்டும் குறைத்துக் கொண்டு அழுத்தத்தை வெளிக்காட்டினார்கள். அவளுக்கு அந்த அழுத்தம் முன்பை விட முற்றிலும் வேறுபட்டதாக தோன்றியது. அவள் அதிலிருந்து தன்னை விடுவித்துகொள்ள முயன்று நகர்ந்து கொண்டாள். அந்த நகர்தல் என்ற செயல் கூட அவளுக்குப் பின்னால் நின்றிருந்தவர்களுக்கு சாதகமான செயலாகவே அமைந்து விட்டது. குறைந்தபட்சம் ஏதாவது ஒருவிதத்தில் அவர்களுக்கு எதிர்ப்பு காட்டவேண்டும் என்று திரும்பி முறைத்தாள். அப்படி திரும்பும் போது பேருந்தில் நின்ற பெண்கள் சிலரை பார்க்க நேரிட்டது. அவர்களுக்கு அருகிலோ அல்லது பின்பாகவே நின்றிருந்த ஆண்கள் அப்பெண்களின் உடல்களில் ஏதாவது ஒரு பகுதியை தங்களது விரல்களாலோ அல்லது கண்களாலோ தீண்டிக்கொண்டிருப்பதை அவளால் உணர்ந்து கொள்ள முடிந்தது. அவள் திரும்பிக்கொண்டாள். அதற்குப்பிறகு அவள் பேருந்தை விட்டு இறங்கும் வரை திரும்பவே இல்லை.

பேருந்தை விட்டு இறங்கியதும் கற்பகவள்ளியிடம் சென்று சொன்னாள். அதற்கு அவள் “எனக்கு தோலே தேய்ஞ்சுருச்சு” என்று பதில் சொன்னாள். “பூரான் உடம்பில ஊறுறது போலிருக்குது" என்று சாரதா சொன்னதும் எனக்கும்தான் என்று சொன்னவள் "திடீருன்னு நாம இரண்டு பேரும் ஆம்பிளைகளா மாறுனா எப்படி யிருக்கும் சாரதா” என கற்பகவள்ளி அவளிடம் கேட்டாள். அவர்கள் அதற்குப்பிறகு எதுவும் பேசவில்லை.

சாரதா வாளியிலிருந்த நீரை இரு கைகளில் அள்ளி வாயில் ஊற்றிக் கொண்டாள். பின்பு உதடுகளைக் குவித்து வளைவான கோடு போல வாயிலிருந்த நீரை குளியலறை சுவற்றில் துப்பினாள். அவளுக்கு ஒவ்வொரு முறையும் குளிக்கும் முன்பாக, இப்படியாகக் குளியலைத் தொடங்குவது ஒரு பழக்கமாகவே இருந்தது. இந்தப் பழக்கத்தைப் போல அவள் இன்னொருப் பழக்கத்தையும் தொடர்ந்து வந்தாள். குளிக்கும் போது யாரோ கதவுக்குப் பின்னால் நின்று தன்னை பார்த்துக்கொண்டிருப்பது போன்று, அவள் கற்பனை செய்து கொள்வாள். கதவிலிருக்கும் கண்களுக்குத் தெரியாத ஓட்டையின் வழியாக தனது ஆடையற்ற உடலை பார்ப்பது போன்ற பிரம்மை யிலிருந்து தப்பிக்க அவள் ஒரு போதும் நினைத்ததில்லை. கதவுகளில் கூட அவளது வசதிக்கேற்ப கற்பனையான துவாரங்கள் அமைந் திருக்கிறது. அந்த கற்பனை ஒன்றிலிருந்து சில சமயங்களில் நூறுக்குக்கூட மாறியிருக்கிறது.

குளியலறையிலிருந்த இரும்பு வாளியை நகர்த்தி வைத்துவிட்டுத் தரையில் குத்தவைத்து அமர்ந்துகொண்டவள், தனது தொடை களையும் பிறகு அடி வயிற்றுப்பகுதியையும் பார்த்தாள். பார்த்துக் கொண்டிருப்பதற்கு அவளுக்கு ஆர்வமாகவும் ஆசையாகவுமிருந்தது. கண்களை விலக்கிக்கொள்ள நினைக்கும் மனம் மேலும் பார்த்துக் கொண்டேயிருப்பதற்குத்தான் அவளைத் தூண்டுகிறது. அவள் தலைவழியாக தண்ணீரை ஊற்றிக்கொண்டாள். அவள் தனது ஸ்தனங்களில் நீர் வழிந்து செல்வதை குறுகுறுப்புடன் அனுபவித்தாள். தலையில் ஊற்றுவதை நிறுத்திவிட்டு மாரில் மேல் ஊற்றினாள். இரண்டாவது தடவைக்குப்பிறகு நீரை ஊற்றுவதை அவள் நிறுத்திக்கொண்டாள். நூறு ஓட்டைகளிலிருந்து யாரேனும் தன்னை கவனிப்பதான பாவனையில்தான் அவள் நடந்துகொள்ள வேண்டியதிருந்தது. கதவுகளில் ஓட்டைகளென எதுவும் இல்லைதான். அவள் உள் மனம்தான் அந்த ஓட்டையை உருவாக்கவும், அழிக்கவுமாக யிருந்தது. குளிப்பறைக்கு வெளியே நடப்பது எதுவும் அவளுக்கு ஒரு பொருட்டாகவே இருப்பதில்லை. குளிக்கும் போது அவளது சௌகரியமான செயல்கள் ஒரு போதும் அண்ணன் முன்பாகவோ,

அண்ணியின் முன்பாகவோ, இருந்ததில்லை. அண்ணி அவளது மனதிலிருக்கும், அவளாலேயே அவிழ்க்க முடியாத சில முடிச்சுகளை கொஞ்சம் தெரிந்துவைத்திருந்தாள். அவளும் சாரதாவின் வயதை கடந்து வந்தவள்தானே. சாரதாவின் இப்போதைய பருவத்தை அவள் திருமணத்திற்கு முன்பாகத்தான் கடந்து வந்திருக்கிறாள். அவளிடமும் சில அவிழ்க்கப்படாத முடிச்சுக்கள் இருந்தது. திருமணம் செய்து கொண்டதற்குப் பிற்பாடுதான் முடிச்சுக்கள் அவளையும் அறியாமல் சிறிது சிறிதாக அவிழத்தொடங்கின. சாரதாவும் அவளும் தோழிகளைப் போல பழக வேண்டுமென்ற விருப்பம் உண்டானது கூட இந்த அவிழ்க்கப்படாத முடிச்சுக்களாலும், எங்கிருந்தாவது வந்து பீதியுண்டாக்கும் பூரானும்தான். சாரதா முதலில் எங்கு பூரானைப் பார்த்தாள் என்று அவளுக்கு இப்போதும் ஞாபகத்தில் இருந்தது. நள்ளிரவில் அவள் சிறுநீர் கழித்துவிட்டு படுக்கைக்குத் திரும்பும் போதுதான் பார்த்தாள். துணிதுவைக்கும் கல்லின் கீழ் பகுதியிலிருந்து பூரான் ஒன்று நெளிந்து வந்தது. அவள் அந்த இருளிலும் பூரானை தெரிந்து கொண்டாள். கழிப்பறை குண்டு பல்பு வெளிச்சத்தில் அவள் பூரானை அருகாமையில் சென்று பார்த்தாள். கல்லின் அடிப்பகுதியிலிருந்து தன் உடலை மெல்ல வெளியே நகர்த்திக்கொண்டிருந்த பூரான் அவளது நிழலைக் கண்டதும் ஒரு நொடிக்குப்பிறகு தன் உடலை உள்ளிழுத்து கொண்டது. அவள் தனது குதிங்காலால் கல்லை எத்தி நகர்த்தினாள். நகர்ந்த கல்லிற்கு கீழே குட்டியோடு இரண்டு பூரான் நெளிந்து கொண்டிருந்ததை அவள் பார்த்ததும் உடல் வியர்த்தவளாக பயந்து வீட்டிற்குள் ஓடினாள். பிறகு உறங்கி கொண்டிருந்த அவளது அம்மாவை எழுப்பி கொண்டு வந்து காட்டினாள். பூரான் தன் வாழ்வில் ஒரு முறைதான் குட்டி போடும் என்று அவளது அம்மா கொல்லாமல் வாசல் பெருக்குமாறில் கூட்டி தள்ளி விட்டாள். அன்று அதிகாலையில்தான் சாரதா பூப்பெய்தாள். அன்றிலிருந்து அவள் பூரானை பார்ப்பதில்லை. பயம் என்பதை விட, அருவெறுப்பு என்பதையும் விட அவளுக்கு வேறொன்று, ஏதோ சொல்லமுடியாதபடி மனதில் இருந்து கொண்டுதானிருந்தது. அவளுக்கு அதை அவளாலேயே விளங்கிக்கொள்ளமுடியவில்லை. அண்ணியிடம் கூட சொல்லமுடியவில்லை. குறிப்பாக பூரானை கூட்டி வெளியே தள்ளுகிற சமயத்தில், அதன் உடம்பு புரண்டு அடிபாகத்தைப் பார்க்க நேரிடும் போது ஏற்படும் பீதி குளியலறைக்குள்ளும் கழிப்பறைக்குள்ளும் நுழையும் ஒவ்வொரு முறையும் அவளுக்கு மனதினுள் நுழைந்துவிடும்.

பூரான் என்பதையெல்லாம் மறந்து விட்டுத்தான் அவள் இப்போது குளித்துக் கொண்டிருந்தாள். குளிக்கும் போது தான் இப்போது ஒரு ஆணாக மாறிவிட்டால் எப்படியிருக்கும் என்று நினைத்து கொண்டாள். ஆணின் உடலுக்கும் தன் உடலுக்குமான

வித்தியாசமாகயிருக்கும் உறுப்புகளை அவள் விரும்பத் தொடங்கி வெகுநாட்களாகி விட்டது. அவள் தன் தொடைகளின் ஊடே பல முறை குனிந்து பார்த்துக்கொண்டிருக்கும் போதே வெளியேயிருந்து யாராவது அவளை அவசரப்படுத்துவதும், அல்லது கற்பனையாக குளியலறைக்கதவில் அவள் செய்து வைத்திருக்கும் நூறு ஓட்டைகளின் வழியாக எட்டிப்பார்த்து, அவளை இடையூறு செய்து தன் உடலிலிருந்து அவளை வெளியேற்றி விடுவார்கள். அவளும் அதற்காகத்தான் காத்திருந்தவள் போல குளித்துமுடித்து விட்டு வெளியேறிவிடுவாள். தனது உடலை குளிக்கும் ஒவ்வொரு முறையும் நிதானத்துடன் பார்த்துக்கொள்ளவே முடியவில்லை என்ற வருத்தம் அவளுக்கு எப்போதும் இருக்கக்கூடியதுதான். குறிப்பாக பூரானை புரட்டிப்போட்டதும் தெரியும் அதன் உள் உடம்பின் வெளிர் மற்றும் சதை நிறம் அவளுக்கு கூடுதலான ஆர்வத்தை இந்த விசயத்தில் தந்தபடி யிருந்தது. மாதத்தில் மூன்று நாட்கள் எங்கிருந்தாவது பூரான் அவர்கள் வீட்டின் குளியலறைக்கு வந்துவிடுகிறது. சில நேரங்களில் கழிப்பறையில் நாட்கணக்கில் மறைவிடங்களில் மாறிமாறித் தங்கிவிடுவதும் உண்டு. ஆண்டாளும், மதுரை மீனாட்சியும் பூரானுக்குப் பயந்திருக்கிறார்களா என்று அவளது கல்லூரித் தோழிகளிடம் சாரதா ஒரு முறை கேட்டிருக் கிறாள். சாரதாவைப் போல தான் அவர்களுக்கும் பதில் எதுவும் சொல்லத் தெரியவில்லை. அவர்களுக்கும் பூரான் பயம் இருக்கத்தான் செய்தது.

சாரதா உடலுக்கு சோப்புப்போட்டு முடித்துவிட்டாள். அவள் உடலுக்கும் முகத்திற்கு சோப்பு போட்டு கொண்ட பிறகுதான் தலைக்கு சீவக்காய் அல்லது ஷாம்பு போட்டு தண்ணீர் ஊற்றிக் கொள்வாள். ஷாம்பு பாக்கெட்டை குளியலறை ஜன்னலின் வழியாக வெளியே போடுவதற்கு அவளுக்கு தயக்கம் இருந்தது. ஜன்னலுக்குப் பக்கத்திலிருக்கிற ஏதாவது துவாரத்திலிருந்து பூரான் வந்துவிட்டால் என்ன செய்வது என்றுதான் அவள் பயந்து போயிருந்தாள். பயந்து போய் ஷாம்பு பாக்கெட்டை அப்படியே சோப்பு டப்பாவிலேயே வைத்துவிடுவாள்.

சாரதாவை அவளது அண்ணி "நேரமாகிக்கிட்டே வருது. சீக்கிரம் குளிச்சுட்டு வாடீ" என்று அவசரப்படுத்தினாள். குளியலறை யினுள்ளிருந்தபடியே சாரதா அவளிடம் "பொறுங்கப் பொறுங்க, இப்போ என்ன அவசரம். உங்களுக்கு அவசரம்ன்னா வாங்க என் கூடவே நீங்களும் வந்து குளிங்க" என்று கேலி பேசினாள்.

சாரதா முதலில் உள்ளாடைகளை உடுத்திக்கொண்டாள். அவளுக்கு சட்டை கச்சிதமாக தைத்திருக்கவேண்டும். உடைகளின் மேல் அவளுக்கிருக்கும் அலாதியான ஈடுபாட்டைப் போல அவளது அண்ணி

கற்பகவள்ளிக்கு இல்லையென்று சொல்லிவிடலாம். இறுக்கமோ, இல்லை இறுக்கமற்றதோ எதுவானாலும் அவளுக்கு அன்றைய நாளில் ஒரு உடை என்றளவில் தனது உடையின் தேவையை முடித்துகொள்வாள். கற்பகவள்ளி தயாராக குளியலறை வாசலிலேயே நின்றிருந்தாள். சாரதா வெளியே வந்ததும் கோபத்துடன் போதுமா நேரம் என்று கத்தியபடி குளியலறைக்கு சென்று தாழ் போட்டுக்கொண்டாள். அவளது சட்டையின் கொக்கிகளை அவிழ்க்கும் ஓசை கதவுக்கு வெளியே நின்றிருந்த சாரதாவிற்கு கேட்டது. அவள் தலையை கவிழ்த்தி கூந்தலை துவட்டத்தொடங்கினாள். “மதினி பார்த்து குளிங்க ஜன்னலுக்குப் பின்னாடி பூரான் ஒன்னு நெளிஞ்சுட்டு இருந்தது மாதிரி தெரிஞ்சுச்சு பாத்துக்கிங்க ஆமா” என்றாள். கற்பகவள்ளி ஒன்றும் பேசவில்லை. அவளுக்கு குளிக்கும் அவசரத்தில் உடைகளை களைப்பதும் சுடு நீரை மாற்றிக்கொள்வதுமாக இருந்தாள். அவளது செயல்களின் ஒவ்வொரு அவசரமும் சப்தமாக வெளியே கேட்டது. சாரதா அவளை கேலி செய்தபடியே தலையைத் துவட்டினாள். பிறகு கூந்தலில் துண்டை கட்டிக்கொண்டாள்.

சாரதா கதவிற்கு பக்கத்தில் நின்று கொண்டு சப்தமாக “அய்யோ பூரான். அய்யோ பூரான்” என்று கத்தினாள். கற்பகவள்ளி திடுக்கிட்டு எழுந்து நின்று கொண்டாள். அவள் தன்னிச்சையாக ஜன்னலின் ஓட்டையையும் உடைகள் தொங்கப்போடும் மரச்சட்டகத்தையும் பார்த்துக்கொண்டாள். பிறகு கதவைத்திறந்து தலையை மட்டும் வெளியே நீட்டி சாரதாவைப் பார்த்து “எங்கடீ பூரான்” என்று கேட்டாள். சாரதா சிரித்தபடி தனது சட்டையின் ஊக்குகளை ஒவ்வொன்றாக மாட்டிக்கொண்டிருந்தாள். பிறகு கதவைப் பூட்டிக் கொண்டவள் குளியலறையிலிருந்தபடி “இன்னைக்கு தீட்டாகிடும் போல தெரியுது சாரதா. என்ன செய்யலாம்” என்று கேட்டாள். சாரதா அதற்கு “எங்க நான் பார்க்கிறேன். எனக்குத் தெரியாமல் எப்படி டேட்டானீங்க” என்று கதவைத் தள்ளினாள். கற்பகவள்ளி “எதுக்கும் உன்னோடதை எடுத்துத் தாயேன்” என்று கேட்டாள்.

கற்பகவள்ளிக்கும் பூரானின் மேல் பயமிருந்தது. பயத்தின் அளவு வேண்டுமென்றால் குறைச்சலாகவே கூடுதலாகவே இருக்கும். மற்றபடி பயம் பயம்தான். அவளும் குளியலறையின் மையத்தில் நின்று கொண்டு சுவர்களையும் அதன் ஓட்டைகளையும் பீதியுடன் பார்த்தபடி குளித்து முடித்து வருவாள். அவள் கல்லூரியில் படிக்கும் சமயத்தில், பேருந்தில் போகும் போது பூரானைப் பார்த்திருக்கிறாள். அதற்குப்பிறகு அவளது வீட்டின் கழிப்பறையில் பலமுறை அவளே கொன்றுத்தூக்கி சாக்கடையில் எறிந்திருக்கிறாள். தான் தீட்டாகும் நாட்களில் முன்கூட்டியே தெரிந்து கொண்டதை போல பூரானின் வருகை அமைந்துவிடும்.

அவளது வீட்டில் பூரான் வரும் நாட்களும் அவள் தீட்டாவதும் ஒரே நாட்களில் கூட அமைந்திருக்கிறது. தனது கணவன் வீட்டில் ஏன் கொன்று போடாமல் உயிருடன் விட்டுவிடுகிறார்களென பூரானை பார்க்கும் பொழுது அவள் நினைப்பாள். அவளுக்கு முன்னிருந்த பயம் இப்போது இல்லையென்ற போதிலும் முதன்முதலாகப் பார்த்த போதிருந்த உணர்வு இப்போதும் இருக்கத்தான் செய்கிறது. நடு இரவில் சிறுநீர் கழிக்கச் சென்ற போது சுருண்டிருந்த பூரானை மிதித்து நசுக்கியிருக்கிறாள். ஊளையும் ரத்தமுமாக கிடந்ததைப் பார்த்த போது அவளுக்கு குமட்டிக் கொண்டுதான் வந்தது. அதற்குப்பிறகு அவளது வீட்டில் யாராவது பூரானை கொன்றார்களென்றால் பார்க்கமாட்டாள். பார்க்க நேரிட்டாலும் கண்களை மூடிக்கொள்வாள். ஆனால் இப்போது அவளுக்கு எவ்விதமான அருவெருப்பும் வருவதில்லை. பதிலாக பூரானை நெளிந்து கொண்டிருக்கும் போதே குச்சியால் எடுத்துப்போட்டு விளையாட வேண்டும் என்று ஆசையிருந்தது.

கற்பகவள்ளி குளித்து முடித்துவிட்டு கதவைத் திறந்தாள். அவள் வருவதற்காகத்தான் சாரதாவின் அம்மா விசாலம் காத்திருந்தாள். அவள் குளியலறைக்கு நுழைந்ததும் வெந்நீரின் ஆவி முகத்தில் அடித்தது. மஞ்சளின் வாசமும் சோப்பின் வாசமும் விசாலத்திற்குப் பிடிக்கும். விசாலத்திற்க்கு தனது மருமகள் உபயோகிக்கும் சோப்பை ஒரு தடவையாவது பயன்படுத்திப்பார்க்க வேண்டுமென்ற விருப்ப மிருக்கிறது. அவள் சேலையை உறுவி யெடுத்து கதவின் மேல் போட்டுக் கொண்டாள். அவளுக்கு பூரானைப் பற்றியெல்லாம் ஒரு கவலையும் இல்லை. அப்படியே பூரானைப் பார்த்தாலும் விளக்குமாற்றில் கூட்டி சாக்கடையில் தள்ளிவிடுவாள்.

3

கற்பகம் உடைகளை மாற்றிக்கொள்ளாமல் கட்டிலில் படுத்துக் கொண்டாள். அவளுக்கு அலுவலகத்திலிருந்து கிளம்பும் போதே உறக்கம் வந்துவிட்டது. பேருந்தில் உறங்கியபடி வந்தவள் வீட்டிற்குள் நுழைந்ததும் எரிச்சலோடு தனது அறைக்குச் சென்றாள். அவளுக்கு அன்று கழிந்து செல்ல வேண்டிய மீதி இரவை நினைத்த போது மனதில் வெட்கமும் அவதியும் ஒரு கிளர்ச்சியை உண்டாக்கியது. அவளுக்குத் தூக்கம் கலைந்து போனது. தன் கணவனின் மூச்சுக் காற்றை மிக நெருக்கமாக உணர்ந்தவள் தனது உறக்கத்தையும் மீறி மனதளவில் தன்னை தயார்ப்படுத்திக்கொள்ளத் தொடங்கினாள். அவன் உடைகளை களைத்துக் கொண்டிருப்பது இருளில் தெரிந்தது. அவள் புரண்டு கட்டிலின் மையத்திலிருந்து அவனுக்கான இடத்தை விட்டுக் கொடுத்து நகர்ந்து கொண்டாள். மின்விசிறியின் இயக்கத்தை அவன் அதிகப்படுத்துவதும் பிறகு கட்டிலின் மேல் படுத்துக்கொண்டதும்

அந்த இருளிலும் அவளால் பார்க்க முடிந்தது.

கற்பகவள்ளியின் கணவன் அவளிடமிருந்து புரண்டு படுத்துக் கொண்ட போது நடு இரவைத் தாண்டியிருந்தது. அவள் களைப்புற்றவளாக எழுந்து கட்டிலில் அமர்ந்து கொண்டாள். சிறுநீர் முட்டிக்கொண்டு வந்ததை இப்போதுதான் அவளால் உணர்ந்து கொள்ளமுடிந்தது. எழுந்து கலைந்திருந்த உடைகளை சரிப்படுத்திக் கொண்டாள். அவளுக்கு கழிப்பறைக்கு சென்று வருவதற்கு சோம்பலாகயிருந்தது. கூடவே பயமும். துணைக்கு தனது கணவனை அழைத்துப்பார்த்தாள். உறக்கத்திலிருந்த அவனால் எழுந்து கொள்ளமுடியவில்லை. விலகிய உடையுடன் அவனை பார்ப்பதற்கு அவளுக்கு பயமும் அருவெறுப்பும் ஒரே சமயத்தில் மனதில் தோன்றியது. அது ஏன் என்றே தெரியவில்லை. தனது விருப்பத்துடன்தானே முத்தமிட்டான். தனது விருப்பத்தினால் தானே அணைத்துக் கொண்டான். பிறகு எதற்காக இப்போது மனதில் அவன் மீதான வெறுப்பும் கோபமும் தோன்றுகிறது என்று யோசித்தபடி அறையை விட்டு வெளியே வந்து நின்றாள். சாரதா உறங்கிக்கொண் டிருந்தாள். அவளை எழுப்பி கழிப்பறைக்குச் செல்ல வேண்டு மென்று சொன்னாள். அவளும் எழுந்து கற்பகவள்ளியுடன் வந்தாள்.

கற்பகவள்ளி கழிப்பறையில் அமர்ந்தபடி சிறுநீர் கழித்தாள். கழிப்பறையின் மஞ்சள் குண்டு பல்ப் வெளிச்சத்தில் அவள் தனது பாதங்களின் விரல்களுக்கிடையே பட்டுச்செல்லும் சிறுநீர் கோட்டை பார்த்தாள். பீங்கான் கோப்பையில் விழுந்ததும் நீர் கோடு மஞ் சளும் இளஞ்சிவப்புமான நிறத்தில் இருப்பதை அவள் பார்த்து விட்டு கால்களில் நீர் ஊற்றிக்கொள்ள எழுந்து நின்றாள். கழிப் பறையின் மூலையில் கரு நிறத்தில் ஏதோ ஒன்று சுருண்டிருப்பது போல கண்டவள் கால்களை கழுவிவிட்டுப் பார்த்தாள். பூரான் தான். இதற்கு முன்பாக குளிப்பறைக்கு வந்தவர்கள் யாரோ பூரானை கொன்றிருக்கிறார்கள். நசுக்கித்தேய்த்து உரு தெரியாமல் சென்றிருக் கின்றனர். யார் என்று தெரியவில்லை. நெடுநாட்களுக்குப்பிறகு நசுங்கிய பூரானை பார்த்தவள் தன் கண்களை மூடிக்கொண்டாள். கற்பகவள்ளி கழிப்பறையை விட்டு வெளியே வந்தவள் சாரதாவிடம் சொன்னாள்.

சாரதா அவளிடம் சற்று முன்பாக அம்மாதான் கழிப்பறைக்கு வந்ததாகவும் அவள் பூரானைப் பார்த்தால் கொல்லமாட்டாளே என்று அவளும் சிறுநீர் கழிப்பதற்கென உட்கார்ந்து கொண்டாள்.

பிறகு இருவரும் சமையலறைக்குச் சென்று தண்ணீர் குடித்தனர். சாரதாவிற்கு தனது அண்ணியின் அருகில் நின்று அவளை முகர்ந்து பார்க்கவேண்டுமென்று தோன்றியது. அவள் அருகில் நின்று கொண்டாள். டம்ளர்களின் சத்தத்தைக்கேட்டு எழுந்து வந்த

விசாலாட்சி சமையலறைக்கு வந்தாள். அவளும் அவர்களது அருகில் நின்று டம்ளரில் தண்ணீர் குடித்தாள். மூவரும் அந்த நடு இரவில் எதுவும் பேசாமல் நீர் அருந்தினார்கள். சாரதா தனது அம்மாவிடம், "கழிப்பறையில் பூரானை நீதான் கொன்றாயா?" என்று கேட்டாள். விசாலாட்சி எதுவும் பேசாமல் கழிப்பறைக்கு சென்றாள். அவள் கழிப்பறையின் கதவைப்பூட்டிக்கொண்டு சிறுநீர் கழிக்கின்ற சப்தம் தெளிவாக கேட்டது.

கற்பகவள்ளி அவளிடம், "காலையிலேயே தீட்டாகிடுமுன்னு நினைச்சேன். இன்னும் வரலை. ராத்திரியும் வரலை. ஒரு வேளை காலையில் வந்துடுமுன்னு தோணுது சாரதா" என்றாள். சாரதா அவளின் கைகளைப்பிடித்து கொண்டு "கவலைப்படாதீங்க என்ன அவசரம். இப்போதானே இரண்டு மாதம் முடிஞ்சிருக்கு. இன்னும் இரண்டு, மூன்று மாதம்தான் போகட்டுமே. அவன் என்ன இப்போவேவா பிள்ளை வேணுமின்னு கேட்டான். காலையில் டேட்டாச்சுன்னா என்னைய கூப்பிடுங்க நான் வர்றேன்" என்றாள். கற்பகவள்ளி எதுவும் பேசவில்லை. அமைதியாக அவளது அறைக்குச் சென்றாள்.

விசாலாட்சி கழிப்பறையிலிருந்து வந்த போது சாரதா தனது படுக்கையில் படுத்திருந்தாள். அவளுக்கு உறக்கம் கண்களை இறுக்கிக்கொண்டு வந்தது. கழிப்பறையிலிருந்து வந்த விசாலம் அவளிடம் "பூரான் வீட்டுக்குள்ளாற வந்தா யாருக்காவது தீட்டாகிடும்முங்கிறது ஒரு கணக்கு சாரதா. உனக்கு இந்த வாரம்தானே." என்று கேட்டாள். சாரதா புரண்டு படுத்தவளாக தனக்கு அடுத்த வாரம் தீட்டாகுமென்றும் ஒரு வேளை கற்பகத்திற்கு தீட்டாகலாமென்றும் சொன்னாள். விசாலம் ஒன்றும் பேசாமல் படுத்துக் கொண்டாள். சாரதா அந்த அறையின் நீலநிற விளக்கை பார்த்தபடி இருந்தவள் தனது கால் கொலுசைப் பார்த்தாள். கருமையான அக்கொலுசு அவளுக்கு பூரானை நினைவுப்படுத்தியது. பூரான் தனது கால்களைச்சுற்றி கொண்டிருப்பது போன்ற பீதியில் தன்னையும் மீறி கால்களை உதறினாள்.

இடம்

சதாசிவம் பேருந்தை விட்டு இறங்கிய போது இன்னமும் விடிந்திருக்கவில்லை. அவனுக்குப் பயணத்தின் களைப்பை மீறிய ஒரு பதட்டம் பேருந்தை விட்டு இறங்கியவுடன் வந்துவிட்டது. தனது பதட்டத்திற்கு என்ன காரணம் என்று தெரிந்துகொண்டான். நேற்றிரவு தன்னுடன் சுந்தரி செல்ஃபோனில் பேசியதை அவன் நினைத்தபடி இருந்தான். அவள் டெல்லியிலிருந்து வரவில்லை.

ஒரு வருடமாக உடல் நலமில்லாமல் இருந்த அவனது அத்தை சுப்புத்தாய் நேற்றிரவு இறந்து போனாள். அவள் சதாவைப் பார்க்க வேண்டுமென்று முருகமூர்த்தியிடம் கேட்டிருக்கிறாள். சதாவின் செல்ஃபோனுக்குத் தொடர்பு கொண்டபோது அது தொடர்பு எல்லைக்கு அப்பால் இருந்தது. அதனால் பேசமுடியவில்லை. தொடர்ந்து அவர் முயற்சித்துக்கொண்டேயிருந்தார். இறப்பதற்கு சற்றுமுன்பாக தான் தொடர்பு கிடைத்தது. சுப்புத்தாய் இறந்து போனாள். முருகமூர்த்தி தன் மனைவியின் சாவை முதலில் சதாசிவத்திற்குத்தான் சொன்னார். சதாவிற்கு என்ன பேசுவது என்று தெரிய வில்லை. “சுந்தரிக்கு சொல்லுங்க மாமா” என்றான். அவரும் சரி என்றார்.

சுப்புத்தாயின் மரணத்தை அனைவரும் எதிர்ப்பார்த்துத்தான் இருந்தார்கள், சதாசிவத்திற்கும் சுப்பு அத்தை இறந்து போவது முன் கூட்டியே தெரியும். மருத்துவர்கள் இதற்கு மேல் ஒன்றும் செய்யமுடியாது என்று சொல்லிவிட்டார்கள். பிறகு என்ன செய்வது என்று தெரியாமல் முருகமூர்த்தி மாமாவும் அத்தைக்கு துணையாக வீட்டோடு உட்கார்ந்து விட்டார்.

அவர்களது ஊரிலிருந்து தினமும் மருத்துவரை பார்த்து விட்டுச்செல்வது அலச்சல் என்று ஒரு வீட்டை வாடகைக்குப் பிடித்து குடியிருந்தார்கள்.

சதாவிற்கு, அவர்கள் குடியிருக்கும் மதுரை வீட்டிற்கு இதுவரை சென்றதில்லை. அவனது மாமா மருத்துவமனையைத் தாண்டி இரண்டாவது சந்தில் உள்ள ஒரு அப்பார்ட்மெண்டில்தான் வாடகைக்கு வீடு பார்த்திருப்பதாக முருகமாமா சொன்னார். சதாசிவம் அந்த அதிகாலை நேரத்தில் ஃபோன் செய்து முருகமூர்த்தி மாமாவைத் தொந்தரவு செய்யக்கூடாது என்று நினைத்தான். மருத்துவமனைப் பக்கமாக செல்லும் மாநகர பேருந்தில் ஏறி அமர்ந்து கொண்டான்.

சதாவிற்கு சுப்பு அத்தை தன் அருகில் அமர்ந்து பேசிக்கொண்டிருந்தது நினைவிற்கு வந்தது. முதல்தடவையாக மருத்துவமனையில் அவளை அனுமதித்திருந்த போது பார்ப்பதற்கென சென்றிருந்தான். சுப்புத்தாய் அத்தை அவனை அழைத்து அருகில் அமரச்செய்து கொண்டாள்.

"உனக்கு சுந்தரியை கல்யாணம் செய்து தர்றலைன்னு என் மேல கோபமா இருக்கியா" என்று அவனிடம் கேட்டாள். சுப்புத்தாய் அத்தை இந்நேரத்திலும் தன்னை பற்றிய கவலையாக இருக்கிறாளே என்று வருத்தப்பட்டான். "சும்மா அதையே நினைச்சுட்டு இருக்காதீங்க" என்று எழுந்து கொண்டான். சுப்புத்தாய் அதற்குப் பிறகும் அவனை கட்டிலில் தன் பக்கத்திலேயே உட்காரச் சொன்னாள்.

"உனக்கும் மனசிலே ஆசையிருக்கு. எனக்கு தெரியும் சதா, அத்தை உனக்கு சுந்தரியை கல்யாணம் செய்து தராமல் ஏமாத்திட்டேன்னு கடைசி வரைக்கும் நினைச்சிட்டே இருப்பேயில்லை" என்றவள் அவனை பார்க்காமல் "நான் செத்தப்பிறகும் கூட சுந்தரியையும், என்னையையும் தானே நினைச்சிட்டே இருப்பே" என்றாள். அதைக் கேட்டதும் சதாவிற்கு அவனையறியாமல் அழுகை முசுமுசுவென்று முட்டிக்கொண்டு வந்துவிட்டது.

முருகமூர்த்தி மாமாவும் அறையில் தான் இருந்தார். அவர் "ஏன் ஊரிலிருந்து வந்தவனை இப்படி அழுகவைக்கிறே. அவன் என்ன புரியாதவனா. அவனுக்கு எல்லாம் தெரிஞ்சுத்தான் இருக்கும். நீ தான் உன்னைய குற்றவாளி மாதிரி நினைச்சுகிட்டு இருக்கே. அவன் தானே சுந்தரிக்கு முன்னால் நின்று கல்யாணம் செய்து வைத்தது" என்றார். அத்தை அவரது பேச்சுக்கு கட்டுப்பட்டவளைப் போல அமைதியானாள்.

சுப்பு அத்தையின் கண்களிலிருந்து நீர் வழிந்து சொட்டு சொட்டாக மடியில் விழுந்தது. அத்தையின் கண்களை துடைத்து விடுவதற்கு அவனுக்கு அப்போது கூச்சமாக இருந்ததைவிட பயமாக இருந்தது. அவன் அத்தையின் அழுகையை நிறுத்தி கண்களைத் துடைத்துவிட்டான். அவள் இப்போதும் சுந்தரியைப் பற்றி தான் நினைத்துக்கொண்டிருந்தாள். சுந்தரி தன்னை மன்னித்துவிட

மாட்டாளா. தன்னை வந்து பார்க்கமாட்டாளா என்று ஏக்கமாக இருந்தாள்.

“அத்தைக்கு வேற எங்கயாவது போய் இருக்கணுமின்னு ஆசையிருந்தா கூட்டிட்டுப்போங்க மாமா” என்று அவரிடம் சொன்னான். மாமா அவனிடம் “அதெல்லாம் ஒன்னுமில்லே. சுந்தரியை ஒரு தடவை பார்க்கணுமின்னு சொல்லுற. அவளுக்கு வேறென்ன ஆசையிருக்கப்போகுது” என்றார். சதாவுக்கும் அதுதான் அத்தையின் ஆசையாக இருக்கும் என்று மனதில் தோன்றியது. அத்தையும் தன்னைப்போல சுந்தரியின் ஞாபகமாக இருக்கிறாள் என்று நினைத்த போது அவனுக்கு சந்தோசமாக இருந்தது. யாராவது சுந்தரியுடன் பேசினால் அவள் மனம் மாறி வரலாம் என்று மாமாவிடம் சொன்னான்.

மாமா "அவள் எங்க வரப்போறா. சுப்பு சொன்னதை இப்போதும் நினைச்சுட்டு கோபமாக இருக்கா. பெத்ததாயீ யாராவது தன் மகள் நல்லாயிருக்கக்கூடாதுன்னு நினைப்பாங்களா. நீயே சொல்லு. உனக்கு நிச்சயம் செய்த பிறகு, அவளோட விருப்பத்திற்கு அவள் காதலிச்சப் பையனை கல்யாணம் செய்துகிட்டா. நாங்க அதுக்கு ஏதாவது இடைஞ் சல் செய்தோமா. உனக்கு அவளுக்கும் நிச்சயம் செய்த பிறகும் அவள் காதலிச்சவனோடு நல்லாயிருக்கட்டுமின்னு தானே நினைச்சோம். ஏதோ ஒரு ஆத்திரத்தில் சுப்பு பேசிட்டா. உங்க அத்தை யாராவது செத்துப்போகமின்னு நினைப்பாளா நீயே சொல்லு"

“அத்தையோட மனசுக்கும் அவங்க மத்தவங்களுக்கு செஞ்சதுக்கும் அவங்க நல்லாயிருக்கணும். நீங்க வேனா பாருங்க மாமா. அத்தைக்கு ஒன்னுமில்லைன்னு டாக்டர் சொல்லி வீட்டுக்கு அனுப்பிடுவாங்க. சுந்தரியும் வந்து பார்க்கத்தான் போறாள்”

“உனக்கு சுந்தரி மேல அவ்வளவு நம்பிக்கையிருக்கா சதாசிவம்”

“ஏன் மாமா. நம்ம சுந்தரி என்ன அவ்வளவு கெட்ட பெண்ணா என்னா. கொஞ்சம் கோபப்படுவா அப்புறம் சரியாப்போகும் மாமா”

“இதுக்குத்தான் சதா உன்னைய உங்க அத்தை தலையிலே தூக்கிவைச்சு ஆடுற. சுந்தரியை விட்டுக்கொடுக்காமல் பேசுறீயே. இதை விட யாருக்கு என்ன வேனும்”

“வெளிநாட்டிலே வேலை வேண்டாமா மாமா”

அந்த வேதனையிலும் மாமா சிரித்தார். பழைய சிரிப்பு இல்லை. வெற்றிலைப்பாக்கு கறையோடிய பற்கள் தெரியவில்லை. நாக்கு வெளுத்துப்போயிருந்தது. யாருக்காகவோ சிரித்தார். பிறகு தன் சிரிப்பை நிறுத்தி விட்டு, “உங்க அம்மாவுக்கு உடம்புக்கு சௌகரியமில்லை

சுந்தரி. உன்னையே பாக்கணுமிங்கிறா. ஒரு தடவை வந்துட்டுப்போன்னு சொன்னதுக்கு அவள் என்ன சொன்னா தெரியுமா” என்று சதாவை பார்த்தவர் மெதுவாக "அவள் சாகட்டும். அப்புறம் வர்றேன்னு சொல்லுறாப்பா” என்று வாயைப் பொத்திய படி அழுதார். அவனுக்கு நம்பமுடியவில்லை. அவரது தோளைப் பிடித்துக்கொண்டு அழாதிங்க அழாதிங்க என்று உலுக்கினான். அவர் அழுதுகொண்டுதானிருந்தார். அவனால் அவரது அழுகையை நிறுத்தமுடியவில்லை .

சுந்தரி இப்படியாக பேசுபவளில்லைதான். அவள் பேசுவது பாட்டுப்பாடுவது போல இருக்கும். மகேஷ் கூட அவள் பாட்டுப் பாடுவதை விரும்பினான். அரைகுறையாக தெரியும் தமிழை வைத்துக் கொண்டு அவன் சுந்தரியை காதலித்தான். சுந்தரிக்கு பிடித்தமான பாடல் ஒன்று இருக்கிறது. அவள் சந்தோசமான பொழுதில் பாடலை முணுமுணுவென்று உதட்டை மெதுவாக அசைத்தபடி பாடுவாள், ‘உள்ளங்கள் ஒன்றாகி துள்ளும் போதிலே, கொள்ளும் இன்பமே, சொர்க்கம் வாழ்விலே’ மூன்று வரி மட்டும் தான் பாடு வாள். பிறகு எல்லாம் ம்ம்ம் என்று ஊமைச்சி மாதிரி ம் கொட்டிக் கொண்டிருப்பாள். அவள் பாடுகிற மூன்று வரியே போதுமானதுதான். முழு பாடலையும் பாடவேண்டியதில்லை. ஆனால் கேட்பவர்களை அடுத்து பாடு அடுத்து பாடு என்று சொல்லத் தூண்டிவிடும்.

மகேஷ் தான் இந்த மாதிரி பாடலை கேட்டுக்கொண்டு சுந்தரியின் கையால் சாப்பிடுவதற்கு கொடுத்து வைக்கவில்லை என்று சதா நினைத்தான். மகேஷ் இறந்ததற்கு தன் அம்மா தன்னை சபித்தது தான் என்று சுந்தரி நம்பிக்கொண்டிருந்தாள். “நீ உன் புருஷனோடு சேர்ந்து வாழமாட்டே. நாசமா போயிடுவே” என்று ஏதோ ஒரு ஆத்திரத்தில் அவளது திருமணப் புதிதில் திட்டினாள். அம்மாவின் வாக்குதான் தனது கணவனை கொன்றுவிட்டது என்று சுந்தரி நினைத்தாள்.

மகேஷ் டெல்லியில் வேலை செய்து கொண்டிருந்தார். அவரது வங்கியின் தமிழக தென்மாவட்ட கிளையில் வேலை செய்து வந்த சுந்தரிக்கும் அவருக்கும் தொலைபேசி மூலமும், கான்ஸ்பரன்ஸ் மூலமும் உரையாடல் தொடர்ந்தது. அந்த உரையாடல் பரஸ்பர புரிதலோடு எதற்காகவோ காத்திருக்கும் படியான மனநிலை அவர் களுக்குள் உருவாக்கியது. அந்த மனநிலை தான் காதலின் தொடக்கம் என்பதை இருவரும் உணரத்தொடங்கினார்கள். அதற்குள் சதா சிவத்திற்கும் சுந்தரிக்கும் திருமண நிச்சயதார்த்தம் நடந்துமுடிந் திருந்தது. சுந்தரி யாரிடமும் சொல்லாமல் கொள்ளாமல் டில்லிக்குச் சென்று மகேஷைத் திருமணம் செய்துகொண்டாள். திருமணம் முடிந்து வந்தவளுடன் வீட்டில் சண்டை.

சதாசிவமும் அவனது நண்பர்களும் சுப்புத்தாயையும் அவளது கணவனையும் சமாதானம் செய்துவைத்தார்கள். சுப்புத்தாய் அவளை திட்டினாள். "நீ நாசமாகப்போவே. நீ அவனோடு சேர்ந்து வாழ மாட்டே. தாலியறுக்கத்தான் போறே" என்று கோபத்தில் திட்டி னாள்.

சுப்புத்தாயின் வாக்குப்பலித்துவிட்டது. மகேஷ் இறந்து போ னான். வேலைக்கு சென்ற மகேஷ் வீடு திரும்பவில்லை. கிளம்பிய ரயிலில் அவசரமாக ஏறிய போது கால் இடறி விழுந்து விட்டான். ரயில் அவனை இழுத்துக்கொண்டது. ஒருகாலும் ஒரு கையும் நசுங்கி பிய்ந்த நிலையில் அவனை மருத்துவமனையில் சேர்த்தார்கள். உடலிலிருந்த பாதி ரத்தம் வெளியேறிவிட்டது. அவனைக் காப்பாற்ற முடியவில்லை. மகேஷ் இறந்த செய்தியை சதாவிடம் தான் சொன்னாள் சுந்தரி. பாஷை தெரியாத ஊரில் தனக்கு யார் இருக்கிறாள் என்று அழுதவளை இப்போது நினைத் தாலும் சதாவுக்கு கண்கள் கலங்கிவிடும்.

சுந்தரியை ஊருக்கு அழைத்து வருவதற்கு முருகமூர்த்தி மாமாவும் சதாவும் டெல்லிக்கு சென்றிருந்தார்கள். சுந்தரி வரமுடியாது என்று சொல்லிவிட்டாள். சதாவிற்கு என்ன சொல்வது என்று தெரிய வில்லை. அவளை சமாதானப்படுத்தமுடியாமல் தோல்வியோடு திரும்பினான். அவர்கள் போகும்போது சுந்தரி "அம்மா சொன்னது மாதிரியே நான் இப்போ நாசமாப்போயிட்டேன் சதா. மகேஷோட வாழமுடியாமல் போச்சு. அவங்ககிட்டே சொல்லு சதா" என்று கண்ணீரோடு சொன்னதைதான் சதாவினால் தாங்கிக்கொள்ள முடியவில்லை.

சதாசிவம் அதற்குப்பிறகு எத்தனையோ முறை சுந்தரியுடன் பேசி யிருக்கிறான். ஊருக்கு வந்துவிடு. இங்கேயிருக்கிற வங்கியின் கிளையில் வேலைக்குச் சேர்ந்துவிடு என்றெல்லாம் சொல்லிப் பார்த்தான். அவள் டில்லியில் இருக்கப்போவதாக சொல்லி விட்டாள். அவளுக்கு மகேஷைப் பிடித்தது போல டெல்லியைப் பிடித்துவிட்டது. அம்மாவையும் அப்பாவையும் பிடிக்காதது போல அவளது பிறந்த ஊரும் பிடிக்காமல் போய் விட்டது. டெல்லியை அவள் எதற்காகவோ நேசிக்கத்தொடங்கினாள்.

அதிகாலை மதுரையின் ஈரமிகுந்த காற்றும், சாலையோரத்தி லிருந்த கோவில்களினுள் மினுங்கிக் கொண்டிருந்த விளக்குகளும் அவனை நிம்மதி இழக்கச்செய்தது. சுப்பு அத்தைக்கு ஒன்றுமில்லை. குணமாகிவிட்டது. அவள் இறக்கவில்லை என்று முருகமாமா சொன்னால் எப்படி இருக்குமென்று நினைத்தான். பேருந்து வளைவில் திரும்பி நின்றது. சில நிறுத்தங்களுக்குப்பிறகு வரவுள்ள மருத்துவமனை ஸ்டாப்பில் இறங்குவதற்காக அவன் எழுந்து நின்று கொண்டான்.

மருத்துவமனையின் அருகில் பேருந்து நின்றது. இறங்கிகொண்டான். அந்நேரத்தில் பூக்கடைகள் எதுவும் திறந்திருக்கவில்லை. டீக்கடைக்குச்சென்று டீ கேட்டான். செய்தித்தாள் ஒன்றை வாங்கி தனது தோள்பையில் வைத்துக்கொண்டான். எதிரே இருந்த மருத்துவமனை கட்டிடத்தைப் பார்த்தபடி நின்றான். அவனுக்கு அந்த மருத்துவமனையை பார்க்கப்பிடிக்கவில்லை. டீ தம்ளரை வாங்கி குடித்தபடி வேறு பக்கமாக முகத்தை திருப்பிக்கொண்டான்.

சுப்பு அத்தைக்கு மார்பகபுற்று நோய். கண்டுப்பிடிப்பதற்குள் முற்றி விட்டது. இடது மார்பகத்தை அறுவை சிகிச்சை செய்து ஒரு வருடம் நடமாட வைத்தார்கள். பிறகு வலது பக்கம். ரேடியேஷன் வைத்து மேலும் பரவாமல் இருக்க செய்தார்கள். இரண்டாவது அறுவை சிகிச்சைக்கு உடல் ஒத்துக்கொள்ளாது என்று தள்ளிப்போட்டுக்கொண்டே வந்தார்கள். மருத்துவர்கள் அறுவை சிகிச்சையை தள்ளிப்போடப் போட அத்தையின் மரணம் மிக அருகாமையில் வந்துவிட்டது.

சுப்பு அத்தைக்கு தன் மரணம் அருகாமையில் இருக்கிறது என்று தெரிந்திருக்கிறது போல. இரண்டாவது முறையாக மருத்துவ மனையில் அனுமதிக்கப்பட்டிருந்த போது சதாசிவம் பார்ப்பதற்காக சென்றிருந்தான். அவனிடம் ரேடியேஷன் வைத்துக்கொண்ட தனது வலது மார்பகத்தை திறந்து காட்டினாள். வெந்த புண்ணின் வாசத்தை உணர்ந்த சதா முகத்தை மூடிக்கொண்டான். “உங்க மாமா தான் என்னோட இருந்து கஷ்டப்படுறாரு. நான் இறந்தப் பின்னாடி அவரை உன்னோட கூட்டிட்டுப்போய் வைச்சுக்கோ” என்று அழுதபடி சொன்னாள்.

"ஏன் அத்தை இப்படி பேசுறீங்க. சுந்தரி இருக்கா. நான் இருக்கேன். எல்லோருமா மாமாவை பார்த்துக்கிடுவோம் அத்தை. நீங்க மட்டும் தைரியமா இருங்க” என்றான் சதாசிவம். அத்தைக்கு பயம் வந்துவிட்டது என்று அவனுக்கு அப்போது தெரிந்துவிட்டது. அவள் தனது கட்டிலிருந்த உதிர்ந்த தலைமுடியை எடுத்து கீழே போட்டபடி தலையை சதாவிடம் காட்டினாள். உச்சந்தலையில் கொத்தாக முடி கொட்டியிருந்தது. அவளது கண் புருவம் உதிர்ந்திருந்தது.

"நான் செத்துப்போனா சுந்தரி வந்துருவாளா. நீங்க அவளுக்கு ஃபோன் போட்டுச்சொல்லிடுங்க” என்று சுப்பு தன் கணவனிடம் சொன்னாள். அவரும் சரி சரி என்று கேட்டுக்கொண்டிருந்தார். முருகமூர்த்தி மாமா என்ன நினைத்தாரோ தீடீரென்று முகத்தை பொத்திக்கொண்டு அழ ஆரம்பித்துவிட்டார். “எனக்குன்னு யார் இருக்கா. இவள் செத்தப்பின்னாடி எனக்கு யாரு இருக்கா சதா” என்று அழுதார். அவரது ஆங்காரமாக அழுகையை முதன் முதலாக

பார்த்த சதாசிவம் பயந்து தான் போனான். சதாசிவம் இரண்டாவது முறையாக மருத்துவமனைக்கு சென்று வந்த பிறகு தான் வேலை மாற்றல் கிடைத்தது. அதற்குப்பிறகு சுப்புத்தாய் அத்தையை அவன் பார்ப்பதற்கென வரவில்லை.

மருத்துவமனைக்கு அருகில் இருந்த தெருவில் நடந்தான். இரண்டு தெருக்கள் அருகருகே இருந்தது. அந்த அதிகாலை நேரத்தில் தானா எப்.எம் ரேடியோவில் 'உள்ளங்கள் ஒன்றாகி துள்ளும் போதிலே. கொள்ளும் இன்பமே, சொர்க்கம் வாழ்விலே' என்ற பாட்டை ஒலிப் பரப்ப வேண்டும். யாரை குறை சொல்லுவது என்று தெரியவில்லை. அந்த பாட்டு எங்கிருந்து வருகிறது என்றுகூட புரியவில்லை. தெருவின் வளைவில் திரும்பி நடந்த போது தான் அயன் வண்டிக்காரர் ஒருவர் துணிகளை மடித்து உதறியபடி நின்றிருந்தது தெரிந்தது. அவர் தான் ரேடியோவை வைத்திருந்தார். அவரிடம் “வெளியூர்காரங்க இங்க வந்து தங்கியிருந்தாங்க. உடம்புக்கு சௌகரியமில்லாமல் இறந்து போனாங்க. அவங்க வீடு எங்க இருக்குன்னு தெரியுமா” என்று கேட்டான்.

அயன் வண்டிக்காரருக்குத் தெரியவில்லை. அவர் “எங்ககிட்டே காலை யிலிருந்து இரண்டு மூன்று பேர் விசாரிச்சுட்டுப்போனாங்க தம்பி. எனக்கு எங்கன்னுத் தெரியலையே. இரண்டாவது தெருவுக்குப் போனா தெரியும். இப்படி திரும்பிப் போங்க” என்றார். சதா இரண்டாவது தெருப்பக்கமாக நடந்தான்.

முருகமாமாவிடம் வீட்டின் விலாசத்தைக் கேட்பதற்கு அவனுக்குத் தயக்கமாக இருந்தது. யாரிடமும் கேட்காமல் வீட்டிற்குப் போய்விட வேண்டுமென்று அவன் நினைத்தான். தூரத்தில் ஒரு ஆட்டோ வந்து கொண்டிருப்பது தெரிந்தது. யாராவது ஆட்டோவில் சுப்பு அத்தையின் வீட்டிற்குப்போயிருப்பார்கள், விசாரிக்கலாம் என்று நினைத்தான். ஆட்டோவை கை ஆட்டி நிறுத்தச்சொன்னான். ஆட்டோக்காரர் “சவாரி இருக்கு ஸார்” என்று சத்தமாக சொல்லியபடி கடந்து போனார். அவனுக்கு சங்கடமாக இருந்தது. ஆட்டோ தெரு முனையை தாண்டும் வரை நின்றிருந்தான். வேறுயாராவது வருகிறார்களா என்று பார்த்தான். யாரும் வரவில்லை. பிறகு நடந்தான்.

அந்த தெருவில் எந்த வீடும் திறந்திருக்கவில்லை. ஆட்களும் யாருமில்லை. முட்டுச்சந்து. சந்து முடிகிற இடத்தில் குப்பைகளாகத்தான் இருந்தது. வீடுகள் இல்லை. யாரிடம் விசாரிப்பது என்று தெரியவில்லை. நேரம் கடந்தபடி இருந்ததால் வேறு வழியின்றி மாமாவிடம் பேசினான்.

“மாமா வீட்டுக்கு எந்த பக்கமா வரணும். எனக்கு வழி தெரியலை”

“இப்போ நீ எங்க நிக்கிறே”

“இங்கே மூனு தென்னம் மரம் வரிசையா ஒன்னாக இருக்கிலே. துணிகள் தேய்க்கிறவரு பக்கத்திலே தான் நிக்கிறேன்”

“சரி அங்கேயே நில்லு. டூவீலரில் யாரையாவது அனுப்புறேன். அவங்க கூட வந்துரு. வேற எங்கேயும் போயிடாதே” என்றார். அவனும் சரி என்று அந்த இடத்திலேயே நின்று கொண்டான். உள்ளங்கள் ஒன்றாகி துள்ளும் போதிலே பாட்டு முடிந்த நேரத்திற்குள் ஒருவர் டுவீலரில் வந்து நின்றார். நீங்கதானே சதா. வாங்க என்றார். சதாவும் ஏறி அமர்ந்து கொண்டான். அவன் நின்றிருந்த தெருவுக்கு அடுத்தச் சந்தின் வழியாக அவர்கள் சென்றார்கள். தன்னை அழைத்துச்செல்பவரிடம் சுந்தரி வந்துவிட்டாளா என்று கேட்கலாமா என்று நினைத்தான். யார் என்று தெரியாதவரிடம் எப்படி விசாரிப்பது என்று விட்டுவிட்டான்.

டூவீலர் அந்த தெருவுக்குள் நுழைந்தபோது சதாவுக்குத் தெரிந்து விட்டது. தூரத்தில் ஆட்கள் உட்கார்ந்திருந்தார்கள். மாமா சதாவுக் காகத்தான் காத்திருந்தவர் போல நின்றிருந்தார். சங்கின் ஓசை மெதுவாகத் தொடங்கி நீண்டு பெரிய சப்தமாகக் கேட்டது. அது தான் அந்த இடத்திற்கு ஒரு அடையாளம் என்பது போல தெரிந்தது. மாமாவின் அருகில் டூவீலரை நிறுத்தியதும் இறங்கினான். மாமா அவனிடம் ஒன்றும் பேசவில்லை. அவனது தோள்பையை வாங்கி அருகில் இருந்த நாற்காலியில் வைத்தார். சதாவிற்கு தனது மாமா வின் முகத்தைப் பார்க்கமுடியவில்லை. அவர் இப்போதும் சுந்தரி யின் வருகைக்காகத் தான் காத்துக்கொண்டிருந்தார்.

சதாசிவம் சுந்தரி தன்னுடன் பேசியதை சொல்லலாமா வேண்டாமா என யோசித்தான். அவள் பேசியது இப்போது அவனது காதிற்கு அருகில் கேட்பது போலிருந்தது. அத்தையின் முகத்தை பார்க்கவேண்டுமென்று அவரிடம் சொன்னான். அவனை அழைத்துச்சென்றார். சுப்பு அத்தையை கண்ணாடிப் பெட்டியில் வைத்திருந்தார்கள். அத்தையின் தலைமுடி முழுவதும் அகற்றப்பட்டிருந்தது. மஞ்சள் தடவிய அவளது முகத்தை அவனால் பார்க்க முடியவில்லை. தயங்கித் தயங்கித் தான் நுழைந்தான். அத்தையின் கால் பக்கமாக சென்று நின்று கொண்டான். அவளது உடல் முழுவதும் மாலை அணிவித்திருந்தார்கள். கண்ணாடிப்பெட்டிக் குள்ளிருந்த டீயூப் லைட் வெளிச்சத்தில் அவளது முகத்தை தெளி வாகப் பார்க்கமுடிந்தது. உறங்கியவள் போலகிடந்தாள்.

அந்த அறையில் விளக்கு எதுவும் போட்டிருக்கவில்லை. மின் விசிறி மட்டும் ஓடிக்கொண்டிருந்தது. அதன் சப்தம்தான் அறையை நிரப்பிக்கொண்டிருந்தது. வீட்டிற்குள் வந்த முருகமூர்த்தி சதாவின் கைகளைப்பிடித்துக் கொண்டு அழுதார். சுந்தரி வந்துருவாளா சதா. அவளுக்கு எங்கள் மேல் கோபம் போயிருக்குமா சதா என்று கேட்டார். அவனுக்கு என்ன பதில் சொல்வது என்று தெரியவில்லை.

நேற்றிரவு தன்னுடன் சுந்தரி பேசியதை அவன் நினைத்துக் கொண்டான். “நான் வரமாட்டேன் சதா. அம்மாவோட முகத்தை நான் மறந்துட்டேன். அம்மா பேசினதை நான் மறக்கமாட்டேன் சதா. மகேஷோடு சேர்ந்து வாழமுடியாமலே போச்சு சதா.”

முருகமூர்த்தி அவனை வெளியே அழைத்து வந்தார். வாசலில் விசாரிப்பதற்கென வந்திருந்தவர்கள் சுந்தரியைப் பற்றி கேட்டுக் கொண்டிருந்தார்கள். முருகமூர்த்திக்கு என்ன பதில் சொல்வது என்று தெரியவில்லை. தற்செயலாகத் தான் சதா அவர்களுக்குப் பதில் சொன்னான். “இன்னைக்குத்தான் மகேஷோட நினைவு நாள். போன வருஷம் இதே நாளில் தான், அதிகாலையிலே ரயில் விபத்தில் இறந்து போனார்” என்று சொன்னான்.

சதாசிவம் சொல்லி முடித்தப்பிறகு முருகமூர்த்தி நாற்காலியை விட்டு எழுந்து கொண்டார். சங்கு ஊதிக்கொண்டிருந்தவரின் அருகில் சென்றார். அவரைப் புரிந்து கொண்டவர்களைப் போல வந்திருந்தவர்கள் மயானக்கரைக்குப் புறப்படத் தயாரானார்கள். முருகமூர்த்தி தான் நின்றிருந்த இடத்திலிருந்தபடி சுப்புத்தாயைப் பார்த்தார். பிறகு சதாசிவம் நின்றிருந்த இடத்தைப் பார்த்தார். சதா அவரைப் பார்க்க முடியாதவனாக முகத்தைத் திருப்பிக் கொண்டான்.

ஹென்றிவெல் மார்ஷெல் நினைவு நூலகம்

மதுரை ஜில்லா உத்தமபாளையம் தாலூக்காவில் உள்ள ராமசாமி நாயக்கன்பட்டி என்கிற கிராமத்திற்கு 1876ம் ஆண்டு ஹென்றிவெல் மார்ஷெல் என்கிற ஆங்கிலேய மருத்துவர் காலரா தடுப்பு முகாம் ஒன்றை நிறுவி மருத்துவம் செய்வதெற்கென வந்தார். அவருடன் பதினேழு உதவியாளர்களும் அவரது மகள் மேரிஜோசப்பின்னும் அவரது மகன் ஹென்றி லியோபோர்டும் வந்தார்கள். அவர்கள் கிராமத்திற்கு வந்த போது நோய் முற்றிய வர்கள் பலரையும் கிராமத்தை விட்டு வெளியேற்றி மயானத்திற்கு அருகாமையில் வைத்திருந்தனர். வெள்ளைக்காரர்கள் தங்களது நம்பிக்கைகளையும் தெய்வத்தையும் பழிக்கின்றனர் என்று கிராமத் தவர்கள் அவர்கள் தந்த மருந்துகளை உதாசீனப்படுத்தினார்கள். தெய்வத்திற்குத் தரும் கொடையை செய்யாததால் வந்த தவறென்று நம்பியவர்கள் வயிற்றுப்போக்கிற்கும் வாந்திக்கும் இடையே விழாக்கள் கொண்டாடி சேவல் பலியும் கிடாபலியும் தந்தார்கள். பெருமழை பெய்து இந்த கிராமத்தை அழித்துச் சென்றால் தான் இங்குள்ள மற்றவர்கள் பிழைப்பார்கள் என்று ஹென்றிவெல் நினைத்தார்.

மார்ஷெலுடன் வந்த மருத்துவர்களுக்கு கிராமத்தில் தங்கிருக் கப்பிடிக்கவில்லை. அக்கிராமத்தில் துடியான தெய்வங்களும் இறந்து போனவர்கள் மனிதரூபங்களிலும் மிருகரூபங்களிலும் நடமாடுவதாக கேள்விப்பட்டிருந்தனர். அவர்கள் தங்களது பணியை முடித்துக்கொண்டு விரைவில் ஊர் திரும்ப வேண்டுமென்று பயந்த படியிருந்தனர். ராமசாமிநாயக்கன்பட்டியில் தொடர்ந்து நான்கு நாட்கள் பெய்த மழையில் குளத்திலும் ஏரியிலும் புதிய நீர் ஊறத் தொடங்கியது.

கடும்மழைக்குப் பயந்து அவருடன் வந்த மருத்துவ சிப்பந்திகள் அவரிடம் சொல்லாமல் கிராமத்தை விட்டு வெளியேறினார்கள். பின்னர் தன் மகளையும் மகனையும் தனக்கு உதவி யாக வைத்துக்கொண்டு ஜனங்களுக்கு சிகிச்சை செய்தார். மார்ஷெல்லிற்கு கிராமத்திலிருந்த முத்துசாமி என்பவர் மருத்துவ விடுதிக்குத் தேவையானவற்றை செய்து தருவதிலும் அருகாமை கிராமங்களுக்குச் சென்றுவர குதிரைவண்டி ஓட்டுவதுமாக மார்ஷெல்லிற்கு உதவியாக இருந்தார்.

காலராவில் இறந்துபோனவர்கள் பலரும் தங்களுக்குப் பிரியப் பட்டவர்களுடன் பேசுவதற்கும் விருப்பமானவற்றை உண்பதற்கும் இரவுகளில் வருவார்களென கிராமத்தவர்கள் நம்பினார்கள். அவர் களின் நினைவாக அவர்களுக்குத் தேவையான பலகாரங்களை தயாரித்து வைத்தப்படி காத்திருந்தனர். சேவல்களும் குருவிகளும் எங்கிருந்து எங்கிருந்தோ பறந்து வந்து கூரைகளின் மேல் அமர்ந்து சப்தமிட்டுக் கொண்டிருந்ததை மேரி ஜோசப்பின் தான் அகால வேளைகளில் பார்த்தாள். அவளுக்கு கிராமத்தில் நடக்கும் எதுவும் ஆச்சரியத்தைத் தரவில்லை. பதிலாக இறந்து போன தனது தாயின் நினைவாக அவளும் பலகாரங்களை செய்து ஏதாவது ரூபத்தில் தனது அம்மா வந்து தன்னை பார்ப்பாள் என்று காத்திருந்தாள்.

கிராமத்தில் காலரா மேற்கொண்டு பரவாமல் இருப்பதற்கு செய்த முயற்சி வெற்றியடைந்த பிறகும் கிராமத்தை விட்டு வெளி யேறாமல் தங்கிருந்தார் மார்ஷெல். அவரை பணியிடத்திற்கு திரும்பும்படி உத்தரவு வந்த போதிலும் அவர் ராமசாமிநாயக்கன் பட்டியை விட்டுச்செல்லாதது ஏன் என்று புரியாததாகயிருந்தது. வேப்பமரமும் புளியமரமுமாக இருந்த ராமசாமிநாயக்கன்பட்டி அவரை ஏனோ மயக்கி வைத்திருந்தது. மேரிஜோசப்பினுக்கும் கிராமம் பிடித்துவிட்டது. தாய் இல்லாத தனக்கு ஊரின் மரங்களும் அதன் நிழல்களும் செம்மண் கட்டிடங்களும் போதுமான மன அமைதியைத் தருகிறதென தன் தந்தை யிடம் கூறினாள். ஹென்றி தான் இந்த கிராமத்திலேயே கடைசிவரை வாழ்ந்து கழிக்க வேண்டு மென நினைத்தார். அப்போது அவரது மகன் லியோபோர்டிற்கு பதினைந்து வயது முடிந்து பதினாறாவது வயது ஆரம்பித்திருந்தது. விக்டோரியாவின் விசுவாசியான அவர் தனது மகனுக்கு ராணியாரின் மாமா மற்றும் சாக்ஸிகோபர்க் இளவரசனின் பெயரையே சூட்டி அழைத்து மகிழ்ந்தார். மார்ஷெல் தனது மகன் லியோபோர்டையும் அவரது மனைவியின் தம்பியையும் தலைமையிடத்திற்குத் திரும்புவதற்கு ஏற்பாடு செய்துவிட்டு கிராமத்தில் தனக்கென வீடொன்றை கட்டி தங்கிக்கொண்டார்.

அவரது மகள் ஜோசப்பின் ஊரிலிருந்த பெண்களுடன் தானும் ஒருத்தியாக மாறியபடியிருந்தாள். அவளது உடம்பும் மனமும்

ராமசாமி நாயக்கன் பட்டி கிராமத்துப் பெண்களின் கனவுகளையும் செய்கைகளையும் கொண்டிருந்தது. தாயில்லாத ஏக்கமும் அவளிட மிருந்து எப்படியோ விடுபட்டுப்போனது. மருதாணி வைத்துக் கொண்டு இரவில் உறங்குவதும் தாயம் விளையாடுவதும் வீட்டுக்கு விலக்காகியிருக்கும் பெண்களுக்கு உதவி செய்வதுமாக இருந்தாள்.

அவளிருந்த வீட்டில் ஒரு பௌர்ணமி இரவில் தனது தாயைப் பார்த்ததாக ஹென்றியிடம் சொன்னாள். அவர் நம்பவில்லை. அவள் தனது தோழிகளிடம் சொன்னதும் இந்த கிராமத்தில் இறந்து போனவர்கள் வேறு ஏதேனும் ரூபத்தில் தங்களுக்குப் பிடித்த மானவர்களுடன் வாழ்வார்கள் என்று சொன்னார்கள். ஜோசப்பின் தன் தாயைச் சந்தித்த அறையில் கிராமத்துப் பெண்களைப் போல வேப்பெண்ணெய் ஏற்றுவதும் அரிசிமாவில் கோலமிடுவதுமாக இருந்தாள்.

காலரா மருத்துவ முகாம் முடிந்ததும் ஹென்றி மார்ஷல் ஒரு நூலகத்தை நிறுவவேண்டுமென நினைத்தார். அப்போது அவரிடம் எந்த புத்தகமும் முன் யோசனையும் இல்லை. தனது வீட்டின் முன் அறையில் தன்னிடமிருந்த மருத்துவப் புத்தகங்களை மட்டுமே வைத் திருந்தார். அவரது நெருங்கிய நண்பர்களிடம் கேட்டுக்கொண் டதன் பேரில் அவர்கள் தந்த வரலாறு மற்றும் கடல்வழி பயணம் குறித்தப் புத்தகங்களைக் கொண்டு முதலில் நூலகம் தொடங்கு வதென முடிவு செய்தார். அதன் பிறகு மருத்துவ சேவைக்கென்று தான் பெற்ற தங்கப்பதங்கங்களை விற்று நிலம் வாங்கினார். நூலகம் முதலில் கிராமத்திற்கு வரும் ஆங்கிலேயர்களுக்கு மட்டுமே பார்வையிட அனுமதிக்கப்பட்டது.

ஹென்றிவெல், முத்துசாமியின் இரண்டாவது மகனை நூலகத்திற்கு தன் உதவியாளராக வைத்துக்கொண்டார். அவரது மகன் புலவர் பட்டம் பெற்றவர். முத்து.சொக்கன் தமிழ் நூல்களை தனது விருப்பத்திற்கு வாங்கி நூலகத்தில் அடுக்கி வைத்துக்கொண்டார். தமிழ் தெரிந்த ஆங்கிலேயே அதிகாரிகள் நகரத்திலிருந்து இங்கு வந்து புலவரிடம் நூல்களைப் பற்றி தெரிந்து கொண்டதோடு நகலெடுத்தும் சென்றனர்.

இப்போதும் ஹென்றி எழுதிய நாட்குறிப்பு புத்தக வடிவில் மார்ஷெல் நினைவு நூலகத்தில் அவர் எப்போதும் அமர்ந்திருக்கும் அறையில் வைக்கப்பட்டிருக்கிறது. அதிலிருந்து சில வரிகள் பின் வருமாறு: நூலகத்தின் கட்டிடத்தினை விஸ்தரிப்பு செய்யவேண்டு மென்ற ஆசை உண்டு. கட்டிடத்தைச்சுற்றி கிராமத்திலிருப்பது போல புளியமரங்களும், வேப்பமரங்களும் வைக்க விரும்பி ஏற்பாடு செய்தேன். இரண்டு தென்னையின் கன்று கிடைத்தது. முகப்பில்

வைத்து வளர்த்தால் கட்டிடம் முழுமையடைந்து விடும். இப்போது கட்டிடத்தின் பின்பக்கத்திலுள்ள தென்னையை முத்துசாமியின் மேற்பார்வையில் மேல்பார்வையிலிருந்து வரும் நல்லகண்ணு சகோதரர்கள் தென்னங்காய்கள் பிடுங்கி நூலகத்தின் கட்டிட வேலை செய்யும் தொழிலாளிகளுக்குத் தருகிறார். நூலகத்தின் கட்டிடத்திற்கு முத்துசாமி தான் தேக்குக்கட்டைகள் கொண்டு வருவதற்கும் அதனை உள்ளூரிலிருந்த தச்சாசாரிகளை வைத்து ஜன்னல் மற்றும் கதவு, நிலைப்படி செய்ய ஏற்பாடு செய்தது. 12 தச்சாசாரிகள் ஒரு மாதத்திற்கும் மேலாக இரவும் பகலுமாக பணிபுரிந்து வருகின்றனர். இவர்களுக்கு ஊதியமாக தினமும் மதிய நேர உணவும் இரண்டு அணா பணமும் தந்து வர ஏற்பாடு செய்திருக்கிறேன். ஒரு மேஜையை ஜோசப்பின் விருப்பத்திற்கிணங்க செய்துகொண்டிருக்கின்றனர். அந்த மேஜையின் மேல் மட்டம் கண்ணாடியைப் போன்று எதிரேயிருப்பவர்களை பிரதிபலிக்க வேண்டுமென நன்கு விளைந்த வேங்கை மரத்தில் செய்யத் தொடங்கியுள்ளனர். மேஜையின் எதிரேயிருப்பவர்களின் உருவமும் முகமும் தெரிய வேண்டும். அதுமட்டு மல்லாது மேஜையில் விழும் உருவத்தின் பிம்பம் அறையின் மேலுள்ள கட்டிட கூரையில் பிரதிபலித்து எனது அறைக்கு எதிரேயிருக்கும் மற்றொரு அறை யிலிருந்து பார்க்கும்படியாக அமைத்துத்தர வேண்டியும் அவர்களிடம் கேட்டுக்கொண்டுள்ளேன்.

நூலகத்தின் முதல் உதவியாளர் முத்து. சொக்கன்:

ஹென்றிவெல் மார்ஷெல் நினைவு நூலகத்தின் முதல் உதவியாளராக இருந்தவர் முத்து.சொக்கன் என்பவர். இவர் முத்துசாமியின் இரண்டாவது மகன். மூத்தப்பிள்ளை பழனிச்சாமி கிராமத்தில் தச்சுவேலை செய்துகொண்டிருந்தார். பழனிச்சாமிக்கும், ஹென்றிவெல் துரைக்கும் பகையிருந்தது உண்மையே. தனது தந்தையும் தம்பியும் ஒரு ஆங்கிலேயனிடம் வேலை செய்வதை விரும்பவில்லை. ஊரிலிருந்த தச்சாசாரிகள் யாவரும் நூலக வேலைக்கென சென்றபோது பழனிச்சாமி மட்டும் வேலைக்குச் செல்லாமல் இருந்தார். அவர் சென்ற அறுவடை காலத்தின் போது வெள்ளைக்குல்லா அணிந்து கொண்டு ஆங்கிலேய சிப்பாய் வைத்திருக்கும் மிதி வண்டியை போல் ஒன்றை ஓட்டிக்கொண்டு சென்றார். தன்னைக் கடந்து மூவர்ணக்கொடியோடு மிதிவண்டியில் சென்றவரை ஹென்றிவெல் அழைத்து ஓங்கி கன்னத்தில் அறைந்தார். மூவர்ண கொடியைக் கிழித்து தனது காலடியில் போட்டுக்கொண்டார். அன்றிலிருந்து பழனிச்சாமி வெல்துரையின் மீது கோபமானவனாக இருந்தார். கிழித்துப்போட்டக் கொடியை எடுத்துக்கொண்டுச் சென்றதோடு தைத்து தனது வீட்டில் வைத்துக்கொண்டார். முத்துச் சாமிக்கும் இதெல்லாம் தெரிந்துதான் இருந்தது. அவர் இரட்டைகாளை

மாட்டுவண்டியை சுத்தம் செய்வதும் வெல் துரைக்கு வண்டியோட்டிச் செல்வதுமாக இருந்தார்.

ஹென்றிவெல் மார்ஷெல்லை கொன்றுவிடுவதற்கு பழனியும் அவரது நண்பர்களும் திட்டமிட்டிருந்தனர். இந்த ரகசியத் திட்டத்தை அவரது தந்தை எப்படியோ தெரிந்து கொண்டு துரையின் பயணத்தின் போது பாதுகாப்பாக கூடவே சென்று வந்தார். கிராமங்களிலிருந்து நகரத்திற்குச் சென்று வருவதே துரையின் நீண்ட தூர பயணமாகயிருந்தது. நகரத்தில் கடுமையான பாது காப்பும் சிப்பாய்களின் கண்காணிப்பும் இருந்தது. நகரத்தில் பழனிச்சாமியினால் ஒன்றும் செய்யமுடியாது என்றும் கிராமத்தில் தான் துரையை கொல்வதற்கு திட்டமிடுவான் என்று அவர் நினைத்திருந்தார். முத்துசாமி இதனை துரையிடம் சொல்லி யிருக்கிறார். துரையும் தன்னை பழனிச்சாமியினால் ஒன்றும் செய்ய முடியாது என்று சொன்னதோடு தனது தினசரி நாட்குறிப்பில் இதனை எழுதியிருக்கிறார்.

பழனிசாமிக்கு தனது தம்பி மார்ஷெல்லிடம் வேலை செய்வது பிடிக்கவில்லை. சொக்கனிடம் எவ்வளவு சொல்லியும் அவன் நாற் காலியில் உட்கார்ந்து பணிபுரியும் அலுவலை விட்டுவிடத் தயாராக யில்லை. பழனியும் அவரது நண்பர்களும் வெல் துரையை கொன்று விடுவதென முடிவு செய்து அதற்கென கொல்லத்திலிருந்து நாட்டு வெடிகுண்டுகளையும் துப்பாக்கிகளையும் வரவழைத்தனர். அவர்கள் ஹென்றிவெல் நடமாடும் இடத்தில் சுடுவதற்கென மறைந்திருந்த போது மேரிஜோசப்பின் தற்செயலாக அதனை கவனித்தவளாக தனது தந்தையை காப்பாற்றியிருக்கிறாள். இதனை மார்ஷெல் தனது நாட்குறிப்பில் 13.07.1926 என்ற தேதியில் எழுதியிருக்கிறார். அதே தேதியில் ஊரில் இருந்த கோயிலின் திருவிழாவிற்கு தலைமையேற்று விருந்துண்டு வந்ததாகவும் எழுதியிருப்பது குறிப்பிடத்தக்கது.

இச்சம்பவத்திற்குப் பிறகு பழனிச்சாமி ஊரைவிட்டுப்போய் விட்டார். அவர் எங்கு சென்றார் என்பது யாரும் அறியாத ரகசியமாக இருக்கிறது. பழனிச்சாமியை மதுரையில் பகத்சிங் இறந்தன்று ஹர்த்தால் செய்ய ஊர்வலமாக சென்ற கும்பலோடு கிராமத்தினர் சிலர் பார்த்தாகக் கூறியிருக்கின்றனர். அதற்குப்பிறகு யாரும் அவரைப் பார்க்கவில்லை. இச்சம்பவம் நடந்து முடிந்து ஏழு ஆண்டுகளுக்குப் பிறகு ஹென்றிமார்ஷெல் இயற்கையாகவே நோய்வாய்பட்டு இறந்து போனார். அவரது உடலை மேரிஜோசப்பின் விருப்பத்திற்கிணங்க நூலகமிருந்த கட்டிடத்தின் பின்பகுதியில் அடக்கம் செய்தார்கள். அவ்விடத்தில் நினைவு சதுக்கம் ஒன்றையும் கட்டினார்கள்.

ராமசாமி நாயக்கன்பட்டியிலிருந்த முக்கியஸ்தர்கள் முத்து. சொக்கனை பணிநீக்கம் செய்துவிட்டு பொன்னம்பலம் என்பவரின் மகனை

பணியில் அமர்த்தினார்கள். அவரது பெயர் செல்வநாயகம் பிள்ளை என்பதாகும். தனது மகனை பணிநீக்கம் செய்தது முறையல்ல என்று ஊரின் நடுவே அமர்ந்து உண்ணா நோன்பு போராட்டமிருந்தார் முத்துசாமி. அவரது உடல் நலம் கருதி ஊரிலிருந்த பெரியவர்கள் போராட்டத்தை கைவிடும்படி கேட்டுக் கொண்டார்கள். அதற்குப்பிறகு அவர் ஊரை காலி செய்துவிட்டு அருகாமையிலிருந்த பாளையத்திற்குச் சென்று தனது எஞ்சிய நாட்களை கழித்து இறந்தார்.

1942ம் ஆண்டு ஏப்ரல் மாத கோடைகாலத்தில் ஹென்றி லியோ போர்டு ராமசாமிநாயக்கன்பட்டிக்கு வந்து சேர்ந்தார். அவர் தான் நூலகத்திற்கு தனது தந்தையின் நினைவாக ஹென்றிவெல் மார்ஷெல் நினைவு வாசகசாலை என்று பெயரைச்சூட்டியது. தன் தந்தையின் நினைவுகளுடன் வாழ்ந்துவிட வேண்டுமென்று விரும்பியவர் செல்வநாயகம் பிள்ளையை துணைக்கு வைத்துக்கொண்டு இருபது வருடங்கள் கிராமத்தில் வாழ்ந்து பிற்பாடு லண்டனிலிருந்த தனது நகரத்திற்குச் சென்றிருக்கிறார். முத்து. சொக்கனிடம் தனது தந்தையை பற்றி ஒன்றும் கேட்டுக்கொள்ளாமலும் தனது தங்கை ஜோசப்பினுடன் பேசாமலும் கடைசிவரை இருந்தார்.

மேரிஜோசப்பின் நூலகத்திற்கு எப்போதேனும் வந்து செல்வாள். அவள் பெரும்பாலும் தனது தந்தையின் மருத்துவ நூல்களையே புரட்டிக்கொண்டிருப்பாள். அந்நூல்களைப்படிக்கும் பொழுது தனது தந்தையின் ஞாபகம் தன்னை வந்தடைவதாகவும் தனது தந்தை தன்னுடன் பேசுவதாகவும் அவள் தன் தோழிகளிடம் சொன்னாள். நூலகத்தினுள் இருந்த புத்தக அலமாரிகளிலிருந்து கீழே விழும் புத்தகங்களை ஹென்றி மார்ஷெல் எடுத்துத் திரும்பவும் அடுக்கி வைப்பது போல பலமுறை ஜோசப்பின் பார்த்திருக்கிறாள். அவள் அவ்விடத்தை நெருங்கும் போது உருவம் மறைந்துவிடுவது தான் அவளுக்கு ஆச்சரியமாக இருந்தது. இதனை முத்து. சொக்கனிடம் கூறிய போது தான் பணிபுரிந்த நாட்களில் இதே போல துரை அவர்களின் அறையில் ஒரு வெள்ளைக்காரப்பெண்ணுடன் பேசிக்கொண்டிருப்பார். நான் உள்ளே சென்றால் அந்த பேச்சுக் குரலும் ஆளும் மறைந்திருக்கும் என்றார். ஜோசப்பின் தனது அறையில் தினமும் விளக்கேற்றுவதும் தனது அம்மா விரும்பிய பண்டங்களை செய்து வைப்பதுமாக இருந்தாள்.

முத்துவீரு.செல்வநாயகம்:

முத்துவீரு.செல்வநாயகம் பிள்ளை இரண்டு ஆண்டுகள் இந்த நூலகத்தில் பணிபுரிந்துள்ளார். இறந்து போன ஹென்றிவெல் மார்ஷெல்லின் புகைப்படத்தை உள் அறையில் வைத்துக்கொண்டு அவரை நூலகத்தின்

மேலதிகாரியாகவும் தன்னை நூலகத்தின் உதவியாளராகவும் கருதி வேலை செய்தார். அவரது முயற்சியில் நூலகத்திற்குத் தேவையான சில நூல்கள் வாங்கியதைப் பற்றிய குறிப்பு கீழே தரப்பட்டுள்ளது.

நூல்கள் ஏதுமில்லாமல் வாசகசாலை பாழாகிவிடுமென கருதினோம். நூலகத்திற்கு வந்தமர்ந்து செல்பவர்கள் வெட்டி வீண் பேச்சுக்கும் அவர்களிடையே குரோதங்களை வளர்ப்பதற்கும் வாசகசாலை மாறிவிடும். ஆகையால் நூல்களை வாங்குவதென்றும் ஜனங்களை குறிப்பாக ஸ்தீரிகளை அங்கத்தினர்களாக சேர்த்துக்கொள்வதென்றும் நாம் முடிவு செய்திருக்கிறோம். நூல்களை வாங்குவதற்கென ஊர்களிலுள்ள பெரியதனக் காரர்களை சந்தித்துப்பேசவும் அவர்களது உதவிகளைப் பெற்றுக் கொள்வதென்றும் முறையே அவர்களது பெயர்களை குறிப்பெடுத்துக் கொண்டோம்.

பெரியதனக்காரர்களின் பெயர்களும் அவர்கள் வாங்கித்தருவதாக உறுதியளித்திருக்கும் நூல்களின் பெயர்களும் பின்வருமாறு:

1. ப.வை. காரமேகம்: அமுதஅடிகளார் எழுதிய தேன் தமிழ் இசை.
2. சி. மருதபண்டாரம்: கோவிலூர் மணி எழுதிய திருக்குறள் என்னும் மாமருந்து.
3. க.பிச்சமூரத்தி: பாரதிதாசன் எழுதிய கவிதை திரட்டு.
4. ர.பெரிய அம்பலத்தார்: பாரதியாரின் கவிதைகளும் கதைகளும்.
5. பெரியபட்டி நிலக்கிழார் மாந்தோப்பு முத்தப்பன்: தொல்காப்பியம்.
6. ப.வை. சூசையப்பர்: ந. மாணிக்கம் எழுதிய போராட்டமும் தியாகமும் (இந்த நூல் சுதந்திர போராட்டத்தின் போது தடை செய்யப்பட்டிருந்த போதிலும் செல்வநாயகத்தின் முயற்சியால் நூலகத்திற்கு வாங்கப்பட்டது.)
7. இ.அழகர்சாமி தேவர்: பகத்சிங்கின் கடிதங்கள்.
8. பொ. மயில்சாமி: வேம்பு ஐயர் எழுதிய ஆரோக்கியத்தின் 1008 வழிகள்.
9. க. வேங்கிடசாமி செட்டியார்: பட்டினத்தார் பாடல்கள்.
10. கோ.பெரியநாயகி: தெனாலிராமன் கதைகளும் மேலும் சிறுவர்களுக்குத் தேவையான கதைத் திரட்டும்.

செல்வநாயகம் சிலோனுக்கும் பர்மாவுக்கும் வியாபாரத்திற்கென சென்றுவிட்டதால் அவருக்குப் பின் சவரிமுத்து பண்டாரம் என்பவர் லியோபோர்டிற்கு உதவியாளர் பணிக்கென அமர்த்தப்பட்டார்.

சவரிமுத்து:

1942ம் ஆண்டு ஆகஸ்டு மாதம் ஒரு நாள் அதிகாலையில் மதுரையிலிருந்த சவரியின் தங்கையும் அவளது குழந்தைகளும் அவரது வீட்டிற்கு வந்தார்கள். நகரத்தில் சிப்பாய்களுக்கும் ஜனங்களுக்குமிடையே சண்டை நடந்து வருவதாகவும் கல் எறிதல் கடை அடைத்தல் என்று ஊரே களேபரமாக இருப்பதாக சொன்னார்கள். தனது வீட்டில் புகுந்து வீட்டிலிருந்த நெல்லையும் மண் பானைகளையும் நடுதெருவில் போட்டுவிட்டுச் சென்றுவிட்டனர் என்று அழுதாள். சவரியின் கணவனுக்கு கையிலும் மண்டையிலும் அடி விழுந்திருந்தது. நேற்றிரவு துப்பாக்கி சூடு நடந்தது என்றும் கலவரம் அடங்க இன்னும் சில நாட்களாகும் என்று சொன்னார்கள். சவரிக்கு கவலையாக இருந்தது. தனது வீட்டில் அவர்களை தங்க ஏற்பாடு செய்து தந்தார்.

சவரிமுத்து பண்டாரம் நூலகத்தில் அமர்ந்திருந்த போது தந்தி செய்தி வந்தது. நூலகத்தை சில தினங்கள் அடைத்துவைத்திருக்கும் படிக் கேட்டுக்கொள்ளப்பட்டிருந்தது. கலவரம் முடிந்ததும் செய்தி தருவதாக அதில் குறிப்பிடப்பட்டிருந்தது. மதுரையில் எல்லா இடங்களிலும் தந்தி கம்பிகளை அறுத்தெறிந்துவிட்டு கடைகளை அடைக்கச்சொல்லி புரட்சியாளர்கள் தெருவில் ஓடிக்கொண்டிருக்கின்றனர். மேலும் வீடுகளில் புகுந்து கையில் அகப்பட்டதை எடுத்துக் கொண்டு செல்கின்றனர். சிப்பாய்கள் அவர்களை கைது செய்ய முயன்றுவருகின்றனர் என்று தகவல் அனுப்பியிருந்தார்.

லியோபோர்டு எவ்வளவு சொல்லியும் சவரிமுத்து நூலகத்தை மூடவில்லை. அவர்கள் தன்னை அடித்துக்கொன்றாலும் தான் நூலகத்தை மூடப்போவதில்லையென்று நூலகத்தை திறந்துவைத் திருந்தார். அன்றுதான் அவர் முதன்முதலாக வருகைப்பதிவேடு முறையை அறிமுகம் செய்துவைத்தார். அதன்பிறகு தினசரி நூலகத்திற்கு வருபவரின் பெயர்களை எழுதச்சொல்லி அவர்களை கையொப்பமிடச்சொன்னார். அவர் பணியிலிருந்த நான்கு வருடங்களில் நூலகத்திற்கு வந்து வாசித்துச் சென்ற உறுப்பினர்களின் எண்ணிக்கை 1300. வரவு செலவு கணக்குகளை லியோபோர்டு எழுதியிருக்கவில்லை .

இடைப்பட்டி மங்களம் சுந்தரபாண்டியன் ராவ்பகதூர்:

ஆங்கிலத்தில் பாண்டித்தியம் பெற்ற சுந்தரபாண்டியன் ராவ் பகதூர் என்பவர் ஹென்றி லியோபோர்டிற்கு உதவியாளராக பணிக்கு வந்தார். ராவ்பகதூர் அவர்கள் பொறுப்பிலிருந்த போது ராமசாமி நாயக்கன்பட்டியில் பெரிய அம்மைப் பரவி குழந்தைகளும் முதியவர்களும் இறந்துள்ளனர். இதனை ராவ் அவர்கள் தனது சொந்த

நாட்குறிப்பில் பதிவு செய்துவைத்துள்ளார். பெரிய அம்மைக்கு பயந்து ஊரையும் வீட்டையும் விட்டுச்செல்லும் ஜனங்களை பார்ப்பதற்கு மனமில்லாமல் வாசகசாலைக்கு விடுப்பு எடுத்துக்கொண்டு வேறு ஊரில் போய் தங்கியிருந்து விட்டுவருவதென்று முடிவு செய்து சென்றுள்ளார்.

அவர் திரும்பி வரும் போது ஆடுகளும், பூனைகளும், கோழிகளும் கேட்பாரற்று வாசகசாலையின் முகப்பில் திரிந்ததை பாடலாகவும் பின்னர் கதையாகவும் எழுதியிருக்கிறார். (பார்க்க: ராவ் பகதூர் கதைகள் வெளியீடு: முத்துமீனாட்சி வெளியீடு மதுரை 1946ம் ஆண்டு.)

ராவ்பகதூர் எழுதிய நூல் ஹென்றிவெல் நினைவு நூலகத்தில் இல்லை. இந்த நூலை உறுப்பினர்கள் விலை கொடுத்து வாங்க வேண்டுமென்றே நூலகத்தில் இடம்பெறாமல் செய்திருக்கிறார். ராவ்பகதூரின் மனைவி முத்துமீனாட்சி இந்த புத்தகத்தின் சில பிரதி களை எரித்துவிட்டதாகவும் அதற்கு காரணம் தனது கணவனுக்கும் கங்குவார்பட்டி பாளையப்பகுதியிலுள்ள பெண்களுடன் தொடர் புள்ளதாக சந்தேகப்பட்டு ஆத்திரத்தில் இப்படி செய்துவிட்ட தாகவும் ஒரு தகவல் உண்டு. உண்மையில் அத்தகைய பெண்கள் என யாருமில்லை. அவரது பாதுகாப்பிலிருந்தப் பெண்கள் பெரிய அம்மை நோயுற்றவர்களே. அதில் கணவனை இழந்தவர்களும் பிள்ளை களை இழந்தவர்களுமாக பல பெண்கள் இருந்தனர். அவர் எழுதிய நூலில் மொத்தம் 40 கதைகள் உள்ளன. நாற்பது கதைகளும் பெரிய அம்மையில் உயிரிழந்தவர்களைப் பற்றியும் அநாதையாக இருக்கும் அவர்களது குழந்தையைப்பற்றிய சித்திரங்களாகவுமே உள்ளன.

இந்நூல் பரவலாக நகரங்களிலும் பின்னர் ராமசாமிநாயக்கன் பட்டி மற்றும் அதனைச்சுற்றியுள்ள கிராமத்திலும் வாசிக்கப்பட்டு கவனமானதும் முத்துமீனாட்சி தனது உறவினர்களுடன் சேர்ந்து கொண்டு கள்ளப்பிரதிகளை தயாரித்திருக்கிறார். (பார்க்க: ராவ் பகதூர் கதைகளும் கள்ளப்பிரதிகளின் புராணமும். தேசிகன் எழுதியது ராவ்பகதூர் கதைகளின் இரண்டாம் பதிப்பிற்கான (1947ம் ஆண்டு பிப்ரவரி மாதம்) முன்னுரை. இந்த நூல் இப்போது நூலகத்தில் உள்ளது.) தேசிகனின் முன்னுரையிலிருந்து சில வரிகள்:

ராவ்பகதூர் எழுதிய கதைகள் அச்சு அசல் தமிழ்நாட்டின் வறுமையையும் ஆங்கிலேயர்கள் நம்மை ஆண்டு வந்ததன் பலாபலனையும், அவலத்தையும் வெளிப்படுத்துகிறது. அவர் 40 கதைகள் மட்டுமே எழுதியுள்ளார். 44 கதைகள் கொண்டதாக வரும் பனுவல் உண்மையில் மேற்படியாரின் உரிமம் பெறாமலேயே அச்சிட்டு வெளிவந்ததாகும். வாசகர்கள் அதனை அறிந்து புரிந்துகொள்ளும் படி இதன் மூலம்

அறிவுறுத்தப்படுகிறார்கள். உண்மையான கதைத்தொகுப்பில் நாற்பது கதைகள் மட்டுமே உள்ளது. மீதமுள்ள கதைகளான நான்கும் அவர் போலவே எழுத முயற்சித்து தோல்வி யுற்றப் படைப்பாகும். இதனை அவரது துணைவியார் செய்தது தமிழுக்கு ஒரு துரதிருஷ்டமே. அந்த நான்கு கதைகளும் இத்தொகுப்பின் ஆசிரியரை வஞ்சித்து திட்டமிட்டு மானபங்கம் செய்ய முயல்பவையே. அஃதொரு படைப்பே அல்ல. திட்டித்தீர்க்கும் வசைச்சொல் வார்த்தைக்கூட்டமே. இதனை வாசகர்கள் யாரும் வாங்கி இத்தகைய நூற்களுக்கு ஆதரவு தந்து வளர்ச்சிக்கு உதவக் கூடாது என்று கேட்டுக்கொள்கிறோம்.

சின்ன தவசியாப்பிள்ளை:

ராவ் பகதூருக்குப் பிறகு சின்னதவசியாப்பிள்ளை என்பவர் லியோபோர்டிற்கு உதவியாளராக பணிபுரிந்தார். அவர் எழுதிய நாட்குறிப்பிலிருந்து சில வரிகள்: நூலகத்தில் வருபவர்கள் சுத்த மின்மையால் நூலகமும் வந்து செல்லும் மனுஷாள்களின் சுகாதாரமும் கெடுகிறது. காலணிகளுடன் வருவதைத் தவிர்க்கவேண்டி பலதடவை எழுதிவைத்த அறிவிப்புப்பலகையை யாரோ கிழித்து விடுகின்றனர். நுழைவுக்கட்டணத்தை உறுப்பினர்கள் யாரும் இதுவரை சரிவர செலுத்தவில்லை. (நுழைவு கட்டணமுறை எப்போது கொண்டுவரப்பட்டது என்பது சரியாக எந்த குறிப்பிலும் இல்லை) நிலுவையிலுள்ள தொகையை வசூலிக்கவும் கட்டணம் செலுத்தவும் வேண்டி வைத்த அறிவிப்புப்பலகையை கூட வரும் ஜனங்கள் கிழித்துப்போட்டுச் சென்றுள்ளனர் என்பது வெட்கக் கேடானதாகும். மொத்த உறுப்பினர்களின் எண்ணிக்கை 1478. கையிருப்பு பணம் 1600. லியோபோர்டு செலவு கணக்கை காட்டவில்லை.

தவசிப்பிள்ளை:

சின்னதவசியாப்பிள்ளைக்கு பிறகு அவரது மகன் நூலகத்திற்கு உதவியாளராக பணிக்கு வந்தார். அவரது பணிநாட்களின் போது கலவரக்கும்பல் ஒன்று நூலகத்திற்குள் புகுந்து புத்தகங்கள் அடுக்கி வைக்கப்பட்டிருந்த அலமாரிகளை சரித்துவிட்டு புத்தகங்களை எடுத்துக் கீழேப் போட்டு விட்டுப் போயிருக்கிறார்கள். ஏனென்று தெரியவில்லை. என்ன காரணம் என்றும் புரியவில்லை. அவர் களைப் பற்றிய குறிப்புகள் எதுவும் நூலகத்தின் குறிப்புப்புத்தகங் களில் இடம் பெறவில்லை. (நகரத்திலிருந்தவர்களில் சிலர் வாசக சாலையில் சர்க்கரையையும் கோதுமையையும் அரிசியையும் பதுக்கி வைக்க வேண்டுமென கேட்டதாகவும் அதற்கு லியோபோல்டு மறுத்ததாகவும் பின்னர் தகவல் தெரியவந்தது.) அவர்கள் வந்து சென்றதிலிருந்து பெண்கள் யாரும் வாசகசாலைக்கு வருவதில்லை. நகரத்திலிருந்து வந்தவர்கள்

என்பதால் சரிவர அடையாளம் காண முடியவில்லை. சேதமடைந்த பொருட்களின் மதிப்பை கருதி உள்ளூர் காவல் நிலையத்தில் வழக்குப்பதிவு செய்தார் தவசிபிள்ளை. போலீஸ்காரர்களும் ஆட்களை அடையாளம் கண்டு ஆவண செய்வதாக தகவல் தெரிவித்தனர். சேதமானப்பொருட்களின் விவரம் பின்வருமாறு: இரும்பு நாற்காலிகள் மொத்தம் பனிரெண்டு. மரத்தில் செய்யப்பட்ட நாற்காலிகள் ஏழு. இது தவிர லியோபோர்டின் அறையிலிருந்த மான்கொம்பு திருடுபோயுள்ளது. சுதந்திரத்தின்போது ஹென்றிவெல் மார்ஷெல்லிற்கு அன்பளிப்பாக வந்த காட்டுமூலிகைகளால் வரையப்பட்ட இந்தியவரைபடம் இரண்டு மூன்றாக கிழிக்கப்பட்டிருந்ததை கணக்கில் எடுத்துக் கொள்ளவில்லை. அன்றைய நிலவரப்படி மொத்த உறுப்பினர் களின் எண்ணிக்கை 1650. கையிருப்பு பணம் 2000. தினசரி செலவு 5 ரூபாய்.

சிங்கராயர்:

தவசிப்பிள்ளைக்குப் பிறகு நெடுநாட்களாக நூலக பராமரிப்புக்கென யாருமில்லாமல் அலுவலகத்தை லியோபோர்டு மட்டும் தனியாக கவனித்து வந்துள்ளார். அவர் நகரத்திற்கு சென்று தனக்கு தேவையான பொருட்கள் வாங்கும் நாட்களில் நூலகத்தை பூட்டி விட்டுத்தான் செல்வார். பிறகு ஜோசப்பின் சிபாரிசின் பேரில் சிங்கராயர் என்பவரை பணியில் தற்காலிகமாக அமர்த்தினார். சிங்கராயரின் சகோதரியும் மேரிஜேசாப்பினும் தோழிகளாகயிருந் திருக்கின்றனர். அதனடிப்படையில்தான் இந்த பணி வழங்கப் பட்டிருக்கிறது என்று ராமசாமிநாயக்கன்பட்டியிலிருந்தவர்கள் பேசினார்கள். சிங்கராயாருக்கு எழுதவும் படிக்கவும் தெரியாது. ஆனால் ஞாபகத்திறனுக்குப் பெயர் பெற்றவர் என்பது குறிப்பிடத் தக்கது. அவர் இரண்டு மாதங்கள் மட்டும்தான் பணிபுரிந்தார். பிறகு உள்ளூரிலிருந்த காங்கிரஸ்காரர்கள் கேட்டுக்கொண்டதன்படி அப்போதிருந்த அந்நகர சட்டமன்ற உறுப்பினர் சிபாரிசின்பேரில் லியோபோர்டு அவரை பணிவிலக்கினார். இவர் பணிபுரிந்த நாட் களில் கீழே தவறி விழுந்த நூல்களை ஹென்றிவெல் மார்ஷெல் எடுத்து அலமாரிகளில் வைத்ததாகவும் அதனைப் பார்த்தவர்கள் அலறி ஓடியதாகவும் ஒரு செய்தி உண்டு. உண்மையில் அப்படியாக ஏதுமில்லை என்று லியோபோர்டு தனது நூலகத்திலுள்ள தினசரி குறிப்பேட்டில் இதனை பதிவு செய்திருக்கின்றனர். மொத்த உறுப் பினர்களின் எண்ணிக்கை 1800. கையிருப்பு பணம் 2500. தினச் செலவு 7 ரூபாய்.

இடைபட்டி மங்களம் சு.பா. சுருளிமணி:

ராவ்பகதூர் சுந்தர பாண்டியனின் மகன் சுருளிமணி என்ற மணி தன் தந்தையைப் போலவே தானும் நூலகத்தில் பணிபுரிய வேண்டுமென

விரும்பி விண்ணப்பித்துள்ளார். இவர் பணியிலமர்ந்ததும் முதல் வேலையாக ராவ்பகதூர் எழுதிய கதைகளை எடுத்து அதிலிருந்த இரண்டாவது கதையின் நான்காவது பக்கத்தை தான் கிழித்து எறிந்தார். அக்கதையில் முத்துமீனாட்சியைப் பற்றிய தவறான தகவல் ஒன்று இருந்ததாக லியோபோர்டு கருதினார். மொத்த உறுப்பினர்களின் எண்ணிக்கை 1845. கையிருப்பு பணம் 2500. தினச்செலவு 7 ரூபாய்.

ஆவடையம்மாள் பெரியநாயகி:

ஹென்றிவெல் மார்ஷெல் நினைவு நூலகத்தில் உதவியாளர் களாக பணிபுரிந்தவர்களில் முதல் பெண்மணி இவர் தான். அது மட்டுமல்லாது விடுப்பு எடுக்காமல் பணிபுரிந்தவரும் இவரே. சிறந்த நூலகருக்கான பரிசினை இரண்டு முறை பெற்றிருக்கிறார். இவரது மகளுக்கு நூலகத்தின் உதவியாளர் பணி வழங்கப்பட்டது. இவரது மகளின் பெயர் கவிக்குயில். சுதந்திர போராட்டத்தின் போது இவரது கணவர் இரண்டு முறை கொடி பிடித்து ஊர்வலமாக சென்றதால் பாளையங்கோட்டை சிறையில் அடைத்திருக்கிறார்கள். இன்றும் பெரியநாயகிக்கு தியாகிகளுக்கு வழங்கப்பட்டு வரும் பென்ஷன் பணம் வந்து கொண்டிருக்கிறது. இது தவிர உள்ளூரில் காங்கிரஸ் சட்டசபை உறுப்பினரின் நெருங்கிய உறவினர் என்பதால் ஹென்றி வெல் மார்ஷெல் நினைவு நூலகத்தில் நூலக உதவியாளராக பணிக்கு அமர்த்தப்பட்டார். மேலும் அதுவரை இருந்த 458 ரூபாய் ஊதியதத்தை 765 ரூபாயாக உயர்த்தப்பட்டதும் இவரது பணி காலத்தில் தான். தனது மகளையும் நூலகர் பணிக்கு அமர்த்தப்பட வேண்டுமென பல்கலைக்கழகத்தில் அஞ்சல்வழி கல்வி மூலம் பயிலச் செய்து தேர்வுத்தாளை பணம் தந்து திருத்தச் செய்திருக்கிறார். இது மிகவும் ரகசியமாகவே நடந்து முடிந்த செயலாகும். ஆனால் கவிக்குயிலின் கணவரின் மூலம் இந்த ரகசியம் வெளியாகிவிட்டது அவளுக்கு வெட்கமாகப்போய்விட்டது.

ஆ.பெ.கவிக்குயில்:

கவிக்குயிலுக்கு இளம் வயதிலேயே திருமணம் முடிந்துவிட்டது. அவளது திருமணம் ஊரில் ஒரு முன் உதாரணமாக இருக்க வேண்டுமென்று குயில் காதலித்தவனையே திருமணம் செய்து வைத்தாள் பெரியநாயகி. ஆனால் கவிக்குயிலுக்கு ஏற்கனவே அவன் தாலிக்கட்டிவிட்டான் என்றும் அதனை மறைக்கவே அவள் திருமணம் நடத்துவது போல நாடகமாடியிருக்கிறாள் என்று பேசிக்கொண்டனர். அதுவும் நூலகத்தில் வைத்து திருமணம் செய்து வைத்ததுதான் மறுநாள் செய்தித்தாள் முழுக்க வெளியாகி பரபரப்பாகப் பேசப்பட்டதற்கு காரணம். கவிக்குயில் காதலித்தப் பையன் வீட்டில் அவர்களை நுழையவிடவில்லை. பிறகு பெரியநாயகி பெரியவர்களின் கால்களைப்பிடித்து கெஞ்சிக்கூத்தாடி தன் மகளை அவர்களுடன் வாழ பிரயாசைப்பட்டிருக்கிறாள்.

கவிக்குயிலின் கணவன் வீட்டில் தினமும் சண்டையும் சச்சரவுமாக இருந்திருக்கிறது. ஒருவர் மாற்றி ஒருவர் சண்டையிட்டுக் கொள்வதும் அதற்கு பஞ்சாயத்து செய்துவைப்பதற்கென யாரையாவது அழைத்துவருவதுமாக இருந்திருக்கிறார்கள். இதனை பயன்படுத்திக் கொண்ட பெரியநாயகி தன் மகளுக்குத் தனியாக வீடு பார்த்துத் தந்து குடிவைத்தாள். இருந்த போதிலும் அவர்களது சண்டை ஓயவில்லை. அவர்களை சமாதானப்படுத்த ஒரு நாள் பெரியநாயகியும் ஒரு நாள் பக்கத்து வீட்டுக்காரர்களை அழைத்துக் கொண்டு சென்றிருக்கிறார்கள்.

குயிலுக்கு அவனுடன் வாழ்வதற்கேப்பிடிக்கவில்லை. ஏன் தான் இவனை போய் காதலித்துத் தொலைத்தோமோ என்று தினமும் அழுதாள். அப்போது தான் நூலகத்தில் தினச்சம்பளத்தின் அடிப் படையில் பெரியநாயகி அவளை பணியில் அமர்த்தினாள். தினமும் அவளுக்கு இருபது ரூபாய் என்று கையெழுத்து வாங்கிக்கொண்டு அந்த பணத்தை அவளே வைத்துக்கொண்டாள். மாவட்டமைய நூலகத்திற்கு பெரியநாயகி செல்லும் போது அவள் தான் நூல கத்தை முழுமையாக தனது கட்டுப்பாட்டுக்குள் வைத்திருப்பாள். அப்படி பெரியநாயகி சென்றிருந்த ஒரு நாள் மாலை நேரத்தில் நூலகத்தின் உள் அறையில் விளக்கு எரிந்துகொண்டிருப்பது போன்று வெளிச்சம் தெரிந்தது. கவிக்குயில் அந்த அறைக்குச் சென்று பார்த்தாள். யாருமில்லை. ஆனால் விளக்கு எரிந்து கொண்டிருந்தது. அவளுக்கு பயமும் பதட்டமும் கூடியது. உடனே நூலகத்தை விட்டு வெளியே வந்து வாசலில் நின்று கொண்டாள். தனது அம்மா வரும் வரை அவள் நூலகத்திற்குள்ளேயே செல்லவில்லை.

பெரியநாயகியும் அவளும் உள்ளே சென்று பார்த்த போது சிட்டி விளக்கில் வேப்ப எண்ணெய்யில் விளக்கு எரிந்து கொண்டிருந்தது. சுண்ட காய்ச்சிய பாலின் வாசம் அறை முழுவதும் நிறைந்திருந்தது. அதற்குப்பிறகு அவர்கள் அந்த அறையை பூட்டிவைத்து விட்டார்கள்.

பெரியநாயகிக்கு யாரோ மைய நூலகத்தில் தபால் வழி கல்வியைப் பற்றி சொல்லியிருக்கிறார்கள். தனது மகளையும் நூலகருக்குப் படிக்க வைத்துவிட வேண்டுமென படிக்க வைத்தாள். அவளது தேர்வுத் தாள்களைத் திருத்தும் இடத்திற்குச் சென்று பணம் தந்து பாஸ் செய்ய ஏற்பாடு செய்தாள். பிறகு யார்யாரையோ பிடித்து வேலையில் அமர்த்திவிட்டாள். பெரியநாயகியான தனக்கு இதயத்தில் ஓட்டை உள்ளது. உயர்ரத்த அழுத்தம் உள்ளது. எப்போது இதயம் பலஹீனமாகும் என்று சொல்லமுடியாது. தனக்குப்பிறகு ஆண் வாரிசு இல்லாத தனது குடும்பத்தை காப்பாற்றும் பொருட்டு தனது மகளுக்கு பணியில் முன் உரிமை தரவேண்டுமென மனு மேல் மனு எழுதிப் போட்டு கவிக்குயிலுக்கு வேலை வாங்கித்தந்துவிட்டாள்.

அவளுக்கு வேலை வாங்கித் தந்த கையோடு தனக்கும் விருப்ப ஓய்வும் வாங்கிக்கொண்டாள்.

கவிக்குயில் வேலை கிடைத்த மறுதினமே தனது கணவனுடன் சேர்ந்து வாழப்பிடிக்கவில்லை என்று ஊர் பஞ்சாயத்தில் புகார் செய்தாள். இப்போதும் கணவனும் மனைவியும் பிரிந்து தனித் தனியாகத் தான் வாழ்கின்றனர். அவன் இன்னமும் திருமணம் செய்து கொள்ளவில்லை. என்றாவது நூலகத்திற்கு வந்து செய்தித்தாளை எடுத்து வைத்துக்கொண்டு தன் முகத்தை மறைத்தபடி அவளைப் பார்த்தபடியிருப்பான். அவளும் தன்னைப் பார்ப்பதை கண்டும் காணாதது போல் விட்டுவிடுவாள்.

ஆறுமுகப்பெருமாள்:

ஹென்றி லியோபோர்டு இந்தியாவை விட்டு சென்ற போது அவரது இளமை காலம் முழுவதும் கழிந்திருந்தது. தனது இளமை காலத்தையும் தனது வாலிபபருவத்தையும் இந்தியாவில் குறிப்பாக தென் தமிழ்நாட்டில் கழித்துவிட்டுச் சென்றதைப் பற்றி அவர் ஏராளமான நூல்கள் எழுதியுள்ளார். திருமணம் செய்து கொள்ளாமல் தனது தங்கையுடனும் கடைசி வரை ஒன்றும் பேசாமல் இருந்து வந்த அவரை பற்றிக் கதைகள் ராமசாமி நாயக்கன்பட்டியில் ஏராளமாக இருந்து வந்துள்ளது.

அவர் சென்ற பிறகு நூலகத்திற்கு நிர்வாக கமிட்டி ஒன்று நகரத்தின் சட்டசபை உறுப்பினரால் உருவாக்கப்பட்டது. அன்றிலிருந்து அந்த நிர்வாகமே ஹென்றிமார்ஷெல் நினைவு நூலகத்தை பராமரித்து வருகிறது. நூலகத்தில் சுதந்திர தினம் மற்றும் குடியரசு தினத்தில் மட்டுமல்லாது ஆயுதபூஜை தீபாவளி பொங்கல் ஆடிப்பெருக்கு ஆகிய நாட்களில் பூஜை செய்து குங்குமம் வைத்து வழிபாடு செய்வார்கள். நூலகத்தின் மொத்த உறுப்பினர்களின் எண்ணிக்கை 3125. சந்தா செலுத்தி புதுப்பித்துக்கொண்டவர்கள் 2078. ஆண்கள் 1060. பெண்கள் 1018. 1147 உறுப்பினர்கள் யார் என்றே தெரியவில்லை. அவர்களது பெயரும் விலாசமும் பொய்யானதாக இருக்கிறது.

இந்த நூலகத்தின் தற்போதைய நூலகர் ஆறுமுகப்பெருமாள். அவருக்கு உதவியாக சரவணன் என்கிற இளங்கலை பொருளா தாரம் படித்த இளைஞனும் நூலகத்தை பெருக்கி சுத்தம் செய்து தண்ணீர் எடுத்துவருவதற்கு மங்கையர்கரசி என்கிற பெண்ணும் பணியில் இருக்கின்றனர். சரவணனுக்குத் தினச்சம்பளமாக ரூபாய் 30ம் மங்கையர்கரசிக்கு மாதச்சம்பளமாக ரூபாய் 250ம் வழங்கப் பட்டுவருகிறது.

இந்த நூலகத்தின் தினசரி வருகை பதிவேட்டில் கையெழுத்தை பதிவு செய்வதற்காக சரவணனும் மங்கையும் முறையே இருபது கையொப்பங்கள் காலையிலும் மாலையிலும் வெவ்வேறு பேனாக்களில் தங்களது கைப்படவே எழுதிவருகின்றனர். நூலகத்திற்கு வழக்கமாக வரும் நபர்களில் முத்திருளாண்டி, தங்கமுத்து, கார்மேகம் ஆகியோர் கையொப்பமிடும் பழக்கம் இல்லாதவர்கள். நூலகத்தின் அலுவலக நேரம் முடிந்த பிறகும் அவர்கள் மூவரும் வெளியே வந்து அமர்ந்து பேசுவது தினசரி வாடிக்கையாக இருக்கிறது. அவர்களில் கன்னித்தீவு படக்கதை பார்க்கும் பழக்கம் கார்மேகத்திற்கு மட்டும்தான் இருக்கிறது. முத்திருளாண்டிக்கு குமுதமும் சினிமா எக்ஸ்பிரஸ் இதழும் படிக்கும் பழக்கமிருக்கிறது. நூலகத்தில் சினிமா இதழ்களே அதிகமாக திருடுபோகிறது. வார இதழ்களில் குமுதத்தையும் ஆனந்த விகடனையும் அதிகமாக திருடிச் செல்கின்றனர். திருடுபோகின்றப் புத்தகங்களை கணக்கெடுத்தால் வருடத்தில் வந்திருக்கின்ற பத்திரிகைகளில் பாதிக்கு மேல் காணாமல் போயிருக்கிறது. புத்தகங்களில் தமிழ்வாணன் எழுதிய கதைப்புத்தகங்களும் லெட்சுமியின் நாவல்களும் அதிகமாக திருடுபோயிருக்கின்றன. சரவணனும் ஆறுமுக பெருமாளும் பலமுறை திருட்டை கண்டுப்பிடிக்க முயன்றிருக்கின்றனர். யார் தொடர்ந்து திருடுகிறார்கள் என்று ஆறுமுகத்தினால் கண்டுப்பிடிக்க முடியவில்லை. சரவணனுக்குத் தெரியாமல் மங்கையர்கரசியின் 10 வயது மகனை வேவு பார்க்க நூலகத்தில் உட்காரவைத்தார்.

புதிதாக புத்தகங்கள் தேடிவருபவர்கள் எண்ணிக்கை இவர்களது பணிநாட்களில் அதிகமாகயிருந்தது. தேடிவருபவர்கள் கேட்கும் புத்தகங்களின் பெயர்கள் அவர்கள் இதுவரை கேள்விப் படாததாகவும் நூலகத்திற்கு வராததாகவும் இருந்தது. பாலாஜி அந்த புத்தகங்களை குறிப்பெடுத்து வைத்து அடுத்த வருடாந்திரக் கூட்டத்தில் வாங்குவதற்கு ஏற்பாடு செய்வதாக சொன்னான். அந்த புத்தகத்தின் பெயர் பின்வருமாறு தரப்பட்டுள்ளது.

1. ஹென்றிவெல் மார்ஷெல் எழுதிய நூலகக்கோட்பாடுகளும் மேலாண்மையும்.
2. மேரி ஜோசப்பின் எழுதிய தென்தமிழக கிராமப்பெண்களும் நம்பிக்கைகளும்.
3. ராவ்பகதூர் சாஸ்திரிகள் எழுதிய ராவ்பகதூர் கதைகள்.

இந்த புத்தகங்கள் எதுவும் நூலகத்தில் இல்லை. சரவணனும் ஆறுமுகப் பெருமாளும் பழைய அறைகளிலிருந்த புத்தக அடுக்கு களில் தேடியும் இந்த புத்தகம் கிடைக்கவில்லை.

நூலகத்தின் பின்னாலிருந்த கல்கட்டிட சமாதியில் ஹென்றி வெல் மார்ஷெல் என்று பொறிக்கப்பட்டிருந்ததையும் சிலுவைக் குறியிடப்பட்டிருந்ததையும் எப்போதாவது சில வெள்ளைக்காரர்கள் கூட்டமாக வந்து பார்வையிட்டதோடு பிரார்த்தனையும் நடத்திச் செல்கின்றனர் என்பது எல்லோரும் அறிந்து விசயமாக இப்போதும் இருக்கிறது. தங்கள் பால்யகால வயதில் ஹென்றிவெல் மார்ஷெலை பார்த்த சில வயதானவர்களுக்கு மட்டும் எப்போதாவது கீழே கிடந்தப்புத்தகங்களை ஹென்றிவெல் துரை அவர்கள் எடுத்துப் புத்தக அலமாரியில் அடுக்கி வைப்பதைப் பார்த்திருக்கிறார்கள்.

அனைப்பட்டி வெற்றிலை சுவாமிகளின் சரிதம்

அவனுக்கு கல்லறையின் அருகாமையில் நிற்பதற்கு மனமில்லை. துயரத்தின் கண்கள் தன்னை தீண்டுவது போல உணர்ந்தான். யாருடைய கண்கள் என்பதும் அவனுக்குத் தெரிந்திருந்தது. நிச்சயமாக சுவாமிகளின் கண்கள்தான் அவை என்று உறுதியாக சொல்ல அவனுக்குத் தயக்கமே இல்லை. மயானத்தின் சிதிலமடைந்து சமாதி கட்டிடத்தின் செங்கற்கள் தெரியத்தொடங்கியிருந்தது. பெயர் அழிந்திருந்த அந்த சமாதிக்கு தீபம் ஏற்றிவைத்தான். அதிகாலை நேரத்தில் நெல்லையப்பனைத் தவிர வேறு யாரும் அங்கு இல்லை. வேப்பமரத்திலிருந்த காகங்கள் அவன் ஏற்றிவைத்திருந்த தீபத்தின் வெளிச்சத்தைப் பார்த்தபடியிருந்தது. அவன் அருகாமையிலிருந்த கருநிற பளிங்கு கல்லறையில் ஏறி உட்கார்ந்து கொண்டான். சற்றுமுன் யாரோ அங்கு வந்து சென்றிருக்கிறார்கள் என்பதை ஊதுபத்தியின் நறுமணத்தைக் கொண்டு அவனால் உணர முடிந்தது. வெற்றிலை சுவாமிகளின் சமாதிக்கு நூற்றியிருபது வயதைத் தாண்டியிருக்கும். ஏன் தன்னிடம் சுவாமிகளின் நினைவுகள் இன்னமும் இருக்கிறது என அறியாதவனாக சிகரெட்டை எடுத்துக்கொண்டான். பிறகு அவன் வேப்பமரத்தையேப் பார்த்தான். மரத்திலிருந்த காகங்களை விரட்டிவிட மனமில்லை. ஒரு வில்ஸ் சிகரெட் மட்டும்தான் அவனிடமிருந்த சிகரெட் டப்பாவில் இருந்தது. காலையிலிருந்து சிகரெட்டுகளைக் குடித்துக்கொண்டேதான் இருக்கிறான். பசியெடுக்கவில்லை. அவனுக்கு தேநீரும் சிகரெட்களும் போதுமானதாக இருந்தது. கையிலிருந்த ஜோல்னாபையிலிருந்து தண்ணீர் பாட்டிலை எடுத்துக்குடித்தான். மயானத்திலிருந்த மரங்களில் மேலும் சில காகங்கள் கரையத்தொடங்கிய சப்தம் அவனை அமைதியிழக்கச் செய்தது. நகரத்திற்குச் செல்லும்

பிரதானமான தார்சாலையில் நடந்த போது விடிகாலை பொழுதின் காற்றும் வெளிச்சமும் கிழக்குப்பக்கமிருந்து வந்து கொண்டிருந்தது. சாலையில் தூரத்தில் தெரிந்தப் பெட்டிக்கடையில் சிகரெட் பாக்கெட் வாங்கிக்கொண்டான். இனி நிம்மதியாக எங்காவது உட்கார்ந்து கொள்ளலாமென்று கையில் புகைந்துகொண்டிருந்த சிகரெட்டை கடைசியாக புகைத்துவிட்டுத் தூரமாக எறிந்தான். வெற்றிலை சுவாமிகளைப் பற்றிய குறிப்புகளைத் தற்செயலாக ஒரு புத்தகத்தில் படிக்க நேர்ந்ததும் அவனுக்கு மேலும் சாமிகள் மேல் மோகம் கூடியது. வைத்தியசிகாமணி குண்டுமுத்துகணபதி ஆசாரியின் வீட்டில் அந்த புத்தகம் இருந்தது. ஏற்கனவே சுவாமிகளைப் பற்றிய தேடுதலில் இருந்த நெல்லையப்பன் இந்த புத்தகத்தை படித்ததும் வெற்றிலைசுவாமி களைப் பற்றி மேலும் தெரிந்து கொள்ள அலையத்தொடங்கினான்.

கீழ்மங்கலத்திலிருந்த வயதான சுதந்திரப்போராட்ட தியாகி ஒருவரை சந்தித்து விட்டுத் திரும்பிய போது நடந்த சம்பவம் தான் நெல்லையப்பனை மேலும் அவர் பால் ஈர்ப்பு கொள்ளச்செய்தது. கீழ்மங்கலத்தை விட்டு வெளியேறிய போது நடுப்பகலைத் தாண்டி இருந்தது. நகரத்திற்குச் செல்லும் பேருந்து வந்ததும் ஏறி உட்கார்ந்து கொண்டான். அந்த பேருந்தில் பிச்சைக்காரன் ஒருவன் தனது மனைவியோடும் பிள்ளைகளோடும் கடைசி இருக்கையில் உட்கார்ந்திருந்தான். அவனைச் சுற்றி ஈயப்பாத்திரங்களும் துணி மூட்டைகளுமாக இருந்தது. பஸ்ஸில் ஏறியவர்கள் யாரும் அவர்கள் உட்கார்ந்திருந்த இடத்தை திரும்பிக்கூடப்பார்க்காமல் வேறுப்பக்கமாக இடம் பார்த்து அமர்ந்தனர். அவர்கள் எந்த கவலையுமின்றி பழைய பாடல்களைப் பாடிக்கொண்டும் குழந்தைகளோடு கும்மாளமிட்டுக் கொண்டும் வந்தார்கள். பயணிகளை அவர்கள் பொருட்படுத்தவே இல்லை. பிச்சைக்காரனின் பிள்ளைகளில் ஒன்று உற்சாகத்தோடு எழுந்து நெல்லையப்பனிடம் போய் கை நீட்டியது. அவனுக்கு என்ன செய்வது என்றேத் தெரியவில்லை. பரட்டைத்தலையும் மேலும் கீழும் மாறிமாறி மாட்டியிருந்த சட்டைப்பித்தான்களுமாக அந்தச் சிறுமி அவனது தோள்ப்பட்டையைத் தட்டித்தட்டி கையை நீட்டினாள். பேருந்தில் வேறு யாரிடமும் சிறுமி கைநீட்டாமல் நேராக அவனருகே வந்து நின்றாள். நெல்லையப்பன் பாக்கெட்டிலிருந்த இரண்டு ரூபாய் தாளை எடுத்துக் கொடுத்தான், அவள் ரூபாய் தாளை மடக்கி வைத்துக்கொண்டு தனது தந்தையிடம் தந்தாள். ஓடும் பேருந்தில் அவள் எவ்வித பயமுமின்றி நடப்பதும் எழுவதும் உட்கார்வதுமாக இருந்தாள். பேருந்து நகரத்திற்குள் நுழைந்ததும் முதல் நிறுத்தத்தில் அவர்கள் இறங்கிக்கொண்டார்கள்.

நகரத்தில் மதிய உணவுக்கென ஹோட்டலில் அமர்ந்திருந்த போது தான்

அவனுக்கு தனது பாக்கெட்டின் கணம் உணர்ந்து தடவிப்பார்த்தான். நெல்லையப்பனின் சட்டை ஜோப்பில் நூறு ரூபாய் நோட்டுக்கட்டு ஒன்று இரண்டாக மடித்து வைக்கப்பட்டிருந்தது. தன்னிடம் ஏது இவ்வளவு பணம் என்று யோசித்தவனாக குழப்பத்தை வெளியே காட்டிக்கொள்ளாமல் சாப்பாட்டைச் சாப்பிட்டு முடித்தான். பணம் வந்ததன் காரணத்தை அவனால் அறியமுடியவில்லை. வேறுவழி யின்றி பணத்தைப் பிரித்து செலவு செய்யலாம் என நினைத்த போது பிச்சைக்காரர்களின் கூட்டம் ரூபாய் தீரும் வரை எங்கிருந்து எங்கிருந்தோ அவனிடம் வந்து கைநீட்டி நின்றதும் பணத்தை வாங்கிக் கொண்டுச் சென்றதும் அவனுக்கு ஆச்சரியமாக இருந்தது. பிச்சைக்காரர்களுக்காகத் தான் யாரோ ரூபாயைத் தன் பாக்கெட்டில் தனக்கேத் தெரியாமல் வைத்து விட்டுச் சென்றிருக்கின்றனர் என்று நம்பத்தொடங்கினான். அதில் கடைசியாக இருந்த நூறுரூபாயை மாற்றிக்கொண்டு சிகரெட் பாக்கெட் வாங்கிக்கொள்ளலாமென்று நினைத்த போது கூட அந்தப்பணம் பிச்சைக்காரர்களுக்கே செலவிட நேர்ந்தது அவனுக்கு ஆச்சரியத்தை உண்டாக்கியது. தற்செயலாகத் தான் இது நடந்து முடிந்தது என்று அவன் நினைத்திருந்தான். அவனிடம் நிச்சயமாக இவ்வளவு பணம் இல்லை. தன்னிடம் இவ்வளவு பணமில்லாத போது யார் தனக்கு பணத்தை தந்து அந்த பணம் தீரும் வரை அதற்கு செலவுகளையும் தன் மூலம் நிகழ்த்தியிருப்பார்கள் என்று குழம்பிக் கொண்டிருந்தான். யாருடையப் பணமோ தன் மூலமாக பிச்சைக்காரர்களுக்குப் போய் சேர்ந்துவிடவேண்டுமென்று இருந்திருக்கிறது என்று நினைத்துக்கொண்டான். இது ஒரு கனவு தான் என்று சில நாட்கள் நினைத்து கொண்டான். கனவில்லை இது வெற்றிலைசாமிகளின் செயலாக ஒரு வேளை இருக்கக்கூடுமென்று நினைக்கத்தொடங்கிய போது தான் அவனுக்கு சுவாமிகளைப் பற்றியப் புத்தகம் கிடைத்தது. அந்தப் புத்தகம் 1946ம் ஆண்டு ஜூன் மாதம் வெளியிடப்பட்டிருந்தது.

மங்கம்மாள் சத்திரத்து பிளாட்பாரத்தின் மேல் ஏறி நடந்தான். காலை வெயிலில் நடப்பதற்கு அசதியாக இருந்தது. தன்னை நம்பியிருக்கும் குடும் பத்தை விட்டுவிட்டு இப்படியாக ஊர் ஊராக அலைந்து திரிகி றோமோ என்ற வேதனையோடு நடந்தான். சாமியார்களைத் தேடி அலைவது என்பது அவனுக்கு மட்டுமல்ல அவனது குடும்பத்தினர் அனைவருக்கும் ஈடுபாடாக இருந்து வருகிறது. அவனது சகோ தரர்கள் இடையே பிணக்கு ஏற்பட்டு ஊரிலிருந்த அனைத்துச் சொத்துக்களும் பாகவஸ்த்திரம் செய்வதற்கு ஏற்பாடு செய்யப்பட் டிருந்தது. மூத்தவர் மருதபாண்டியரின் பிடிவாதம்தான் சொத்துப் பிரச்சனைக்கு மூலகாரணமாக இருந்தது. மிருதங்கம் வாசித்து அன்றாட வாழ்வின் பொழுதைக் கழித்துக்கொண்டிருந்த அவர்

களது தந்தை பெரியநாச்சியப்பன் எதையும் கண்டுகொள்ளாமல் வெற்றிலையும் புகையிலையுமாக வீட்டுத்திண்ணையில் அமர்ந்திருந்தார். மேல்மச்சு கொட்டத்து அரண்மனையின் நடுவே சுவரை எழுப்பி விட்டார்கள். பின்பாகத்திலிருந்த கொட்டத்தை மூத்தவர் எடுத்துக்கொண்டார். ஊருக்குள் இருந்த வயலும் மாடுகளும் அவருக்கு என்றும் கொட்டகுடி ஆற்றோரமுள்ள மாந்தோப்பு நெல்லையப்பனுக்கு என்று பேசி முடித்தார்கள். நெல்லையப் பனுக்கு விவசாயத்தைப் பற்றியெல்லாம் ஒன்றும் தெரியாது. அவன் கனவுகளின் பாதையில் நடந்துகொண்டிருப்பவன். கனவுகள்தான் அவனை வழி நடத்திக்கொண்டிருந்தன. வரலாற்றுத்துறையில் முது கலைப்பட்டம் பெற்றுவிட்டு வீட்டில் புத்தகங்ளோடு மட்டுமே பேசிக்கொண்டிருந்தான். அவனுக்கு அரண்மனை தான் படித்த சரித்திரத்தின் மற்றொரு சரித்திரமாகவே இருந்தது. அவனது வீட்டார்களைப் போல குடும்பமாக தெரியவில்லை. தானும் தனது குடும்பமும் அச்சரித்திரத்தில் இருக்கிறோம் என்பதை அவன் மறந் திருந்தான். நெல்லையப்பன் சரித்திரத்தின் வெளியேயிருந்து தன் குடும்பத்தின் கதையை வாசித்துக்கொண்டிருந்தான். அவனுக்கு அணைப்பட்டி வெற்றிலை சுவாமிகள் சரித்திரத்தின் தொடர்ச்சி யாகவே இருந்தார். அந்த சீசனில் மாந்தோப்பில் காசாவும் செந் தூரமும் காய்ப்பு அதிகமாகயிருந்தது. மாங்காய்களை மாட்டு வண்டியில் ஏற்றிவிட வேலையாட்கள் வந்திருந்தனர். காய்களைப் பெண்கள் கூடையில் அள்ளிக்கொண்டிருந்தனர். அவன் அன்று தான் தோப்புப்பக்கம் வந்திருக்கிறான். அவனது உலகத்திலிருந்து யாரோ கட்டாயமாக இழுத்து வந்திருப்பது போல மரத்தின் நிழலில் நின்றான். மாடு மேய்ச்சலுக்கு வந்தவர்கள் மந்தை தோப்பிற்கு அருகே நிறுத்தி விட்டு கைகழுவுவதற்கெனத் தண்ணித்தொட்டிக்கு வந்தனர். கை கால் முகம் கழுவிவிட்டுத் தோப்பிலிருந்து அவர்கள் திரும்பிய போது ஒரு பெண் மேய்த்து வந்த சினைப்பசு திசை மாறிப்போனது தாமதமாக தெரியவந்தது. எப்படி நடந்தது என்றேத் தெரியவில்லை. அவர்கள் மந்தையை ஒன்றாக்கி வந்திருந்தவர்களில் இரண்டு பேரை காவலுக்கு நிறுத்தினார்கள். மாட்டைத் தோப்பிற்குள் நிறுத்தி வைத்தால் தங்களுக்கு பாதுகாப்பாக இருக்குமென அவனிடம் அனுமதி கேட்டனர். நெல்லையப்பனும் சரி என்றான். மாட்டைத் தேடிப்போனவர்கள் வெறும் கையோடுதான் திரும்ப முடிந்தது. மதியப்பொழுதினைக் கடந்து மசங்கும் வேளையும் வந்துவிட்டது. கன்று ஈனும் காலத்தில் இருந்த பசுவை தவறவிட்டோமே என்று அப்பெண் அழுதாள். நெல்லையப்பனுக்கு தன் அருகே யாரோ நின்று கூழாங்கல் ஆற்றுப்பாலத்தில் மாடு நின்றிருக்கிறது என்று சொல்லிவிட்டுச் செல்வது போல உணர்ந்தான். நெல்லையப்பன்

அப்பெண்ணிடம் சென்று மாடு தோப்பைக்கடந்து மேட்டில் இருக்கும் கூழாங்கல் ஆற்றில் இருந்தாலும் இருக்கும் போய் தேடிப்பாருங்கள் என்று சொன்னான். அவர்களும் கூழாங்கல் ஆற்றிற்கு சென்று மாட்டைப்பிடித்துக் கொண்டு வந்தார்கள். மாட்டைக்கண்டப் பெண் அவனது காலில் விழுந்துவிட்டாள். அவர்களில் வயதானப் பெண்ணொருத்தி தனது முன்னோர்களது காலத்தில் இது போல தான் ஒரு சினைப்பசு தொலைந்துவிட்டதாகவும் ஆற்றில் ஈன்று நின்றிருந்த பசுவை ஒரு சாமியார் கண்டுப்பிடித்து தந்ததாகவும் அந்த பரதேசியின் பெயர் வெற்றிலைசுவாமி என்று சொன்னாள். சுவாமி தனக்குப் பிடித்தமானவர்களின் மூலமாக வந்து கஷ்டப்படுகிறவர்களுக்கு உதவி செய்வார் என்று ஒரு நம்பிக்கையிருக்கிறது என அவர்கள் நெல்லையப்பனிடம் சொன்னதும் அவனுக்கு அப்போதே வெற்றிலை சுவாமியைப் பற்றி தெரிந்துகொள்ள வேண்டுமென்ற விருப்பம் உண்டானது. தனது கொட்டத்தில் வயதான காவல்காரர் ஒருவரிடம் அன்றிரவு முழுக்க சுவாமிகளைப் பேசினான். கொட்டத்துக்காவக்காரர் வெற்றிலைசுவாமிகளின் சமாதி மதுரையில் இருக்கிறது என்றும் அவர் பால்ய வயதில் இந்த ஊரில் தான் வாழ்ந்திருக்கிறார் என்றும் கொட்டத்து அரண்மனைக்கும் அவருக்கும் ஏதோ வகையில் உறவு இருந்திருக்கிறது. ஒருவகையில் அவர் நெல்லையப்பனுக்கு உறவினர் தான் என்றும் கூறினார். வெற்றிலை சுவாமியின் பெயர் கூட எனக்கு நினைவில் இல்லை ஆனால் எனது தாத்தா சொல்லியிருக்கிறார் என்று நினைவுகொண்டவர் சுவாமிகளின் பெயரும் நெல்லையப்பனாக கூட இருக்கலாம். சுவாமிகள் இந்த ஊரிலிருந்து எங்கோ வெளியேறிப்போனது. அவரது தந்தை இறந்து கிடக்கும் சமயம் தான் அவருக்கு ஏதோ மனதில் தோன்றியிருக்கிறது என்று தனக்கு தெரிந்த தகவல்களை அவர் சொன்னார்.

வெற்றிலைசுவாமிகள் சரிதத்தில் இருந்து ஒரு பகுதி:

1890ம் ஆண்டு சித்திரை பௌர்ணமி நாளில் அணைப்பட்டி ஆற்றங்கரையில் புதர் போல ஓங்கி வளர்ந்திருந்த அருகம்புற்கள் ஊடே தட்டானும் குருவிகளும் கணக்கில்லாமல் பறந்தலைந்து கொண்டிருந்தது. காட்டுக்குருவிகளை வேட்டையாடித் தின்பதற்கென சிறார்களும் ஊர் பேர் தெரியாத பண்டார பரதேசிகளும் கவட்டையும் கல்லுமாக புதர்களின் ஊடே நின்றிருந்தனர். குருவிகள் பொட் பொட்டென்று கல்லடிப்பட்டு விழ்கிற சத்தம் துணுக்காகக் கேட்கத் தொடங்கியதும் மாடு மேய்க்கும் சிறுவர்களும் பெண்களும் குருவிக் கறிக்கு ஆசைப்பட்டு மந்தையை விட்டுவிட்டு கவட்டைக்காரர்களிடம் கை நீட்டி நின்றனர். குருவிகள் கீழே விழ விழ எங்கிருந்துதான் எப்படிதான் வருகிறதோ கருப்பும் வெள்ளையுமாக படை படையாக பறந்து பறந்து வருகிறது.

குருவிகள் பறக்கும் சத்தம் பனை ஓலையில் விசிறி செய்து காற்றில் விசிறுவது போலிருக்கிறது.

பெண்களில் இளம் வயதினளான மங்கம்மா தனக்கு கிடைத்த குருவிகளையெல்லாம் நாரில் கட்டிக்கொண்டு தனது மந்தையை அழைத்துக்கொண்டு வீட்டிற்குப் போனாள். தொழுவத்தில் மாடுகளையும் கன்றுகுட்டிகளையும் அடைத்துவிட்டு உப்பையும் மிளகாயையும் எடுப்பதற்கென வீட்டிற்குள் வந்தாள். மங்கம்மாவின் புருஷன் பாண்டியண்ணன் துவரங்காய்களை குட்டி சாக்குப்பை நிறைய்ய கொண்டு வந்து வீட்டின் முன்பாக கொட்டினான். காய்கள் விழுந்த சத்தத்தில் உப்பை அள்ளிய கையோடு வாசலுக்கு வந்து எட்டிப் பார்த்தாள் மங்கம்மா. ஏ மாமா இ வேளனேப் போயீ தன்ட்டுகாய் பீக்கினி ஒச்சுன்டேவு. ஏந்துன்டூ மாமா என்று கேட்டாள். பாண்டியண்ணன் ஒன்றும் பேசாமல் கொல்லைப் பக்கம் போனான். போனவன் கோபத்தோடு திரும்பி வந்தான். ஏம்மா ஓரியேய் பெரிய மாடு எங்க. கன்னுப்போட்டிருச்சா என்று கேட்டான். கையிலிருந்த உப்பை தவறவிட்டவளாக அய்யய்யோ என்று அலறியபடி ஆற்றுப்பக்கமாக ஓடினாள். பாண்டியண்ணனும் கூடவே ஓடினான். மந்தையிலிருந்து மாடு பிரிந்துவிட்டது. விளக்குப் பொருத்துகிற நேரத்திற்குள் மாட்டை கண்டாகவேண்டுமென்று வேகமாக ஓடினார்கள்.

ஆற்றங்கரையில் பரதேசிகளும் சிறார்களும் அடுப்பு போட்டு குருவிகளை வாட்டிக் கொண்டிருந்தார்கள். ருசி கண்ட பரதேசிகளில் ஒருவன் நாக்கை நீட்டி தனது விரலை நக்கி உறிஞ்சிக் கொண்டிருந்தான். தீயில் சுடுபடும் குருவிகளின் மாமிச வாசம் ஆற்றங்கரை முழுதும் பரவி மணந்தது. உண்டு முடித்த கூட்டம் ஒன்று மணலை அள்ளிப்போட்டு எரிந்து கொண்டிருந்த அடுப்பை அணைத்து விட்டுச் சென்றனர். அவர்கள் சென்ற பிறகு மணலை மீறி புகை கசிந்து வர ஆரம்பித்தது. மங்கம்மா அங்கிருந்தவர்களிடம் சாமி என் மாட்டை பார்த்தீங்களா. கருத்த மாடு. நிறை பொழுது. காலையில் ஈன்டுடும் என்று கேட்டாள். யாருக்கும் எதுவும் தெரிந்திருக்க வில்லை. கறியின் ருசி அவர்களை மயக்கம் கொள்ளச் செய்திருந்தது.

அய்யோ பொழுது அடைஞ்சிட்டு வருதே. எங்க இருக்கன்னுப் போயீ நாந்தேடுவேன். நா அம்மா நா தள்ளி ராடீ அம்மா என்று அழுதவளாக ஓடினாள் மங்கம்மா. உதிர்ந்து கிடக்கும் குருவிகளின் இறக்கைகள் காற்றில் பறக்க ஆரம்பித்தன. பரதேசிகளில் ஒருவன் இறக்கைகளை தன் முகத்தின் மேல் படர்த்தி விட்டு உறங்கிக் கொண்டிருந்தான்.

பாண்டியண்ணன் ஆலமரத்திற்கு அருகில் போய் மடமடவென்று

மரத்தில் ஏறி மேலிருந்தபடி சுற்றிசுற்றிப் பார்த்தான். கருத்தம்மாவை காணவில்லை. தூரத்து வானத்தில் இருள் ஒரு புகையைப்போல பரவிக்கொண்டிருந்தது. பிறைநிலா காளையின் சீவிய வெண்மையான கொம்பென வானத்தில் தெரியத்தொடங்கியது.

மரத்திலிருந்து இறங்கியவன் தற்செயலாக திரும்பிப்பார்த்தான், வேர் முண்டுகளில் பரதேசி ஒருவர் உட்கார்ந்திருந்தார். அவர் தான் சேகரித்து வைத்திருந்த குருவிகளின் இறக்கைகளையும் தலை களையும் மரத்தின் கீழ் புதைத்துக்கொண்டிருந்தார். மங்கம்மா தன் கருத்தபசுவை எங்கு தேடியும் காணவில்லையென அழுதாள். கன்னு ஈனும் பொழுது. யாரும் இல்லாது தனியே காட்டுக்குள் போய் பாதைத் தவறிவிட்டதே என்று பாண்டியண்ணனும் புலம்பினான். பரதேசி அவர்களின் அருகில் வந்து பௌர்ணமி வெளிச்சம் கருத்த பசுவை காட்டிவிடும். அது நீர் திட்டு ஒன்றின் மேல் கன்று ஈன்று நக்கிக்கிடக்கிறது. நீர் விலகும். வழி விடும். பின் கரையேறி வீடு செல்வாய். இந்த குருவிகள் தானப்பா போய் சேர்ந்தது பராரிகளின் வயிற்றில் என்று பாடினார். பாண்டியண்ணனும் மங்கம்மாளும் முதலில் புரியாதவர்களாகத்தான் பரதேசியின் பாட்டைக்கேட்டபடி நின்றிருந்தனர். பிறகு பாண்டி என்ன நினைத்தானே கத்தியபடி ஆற்றின் கரையில் ஓடினான். அவன் பின்னாலேயே மங்கம்மாளும் ஓடினாள். வெள்ளி நீர் போல் நிலா வெளிச்சத்தை சுமந்து கொண்டு சத்தத்துடன் தண்ணீர் ஓடியது.

பாண்டியண்ணன் தான் முதலில் அந்த திட்டைப் பார்த்தான். ஆற்றின் நடுவே மணல் திட்டு ஒன்று இருந்தது. கருத்தம்மா கன்றை ஈன்று ஈன்ற கன்றை நக்கிக்கொண்டு நின்றிருந்ததை அவன் தான் முதலில் பார்த்தான். பார்த்தவன் அப்படியே ஆற்றில் இறங்கி விட்டான். அவன் தோள் அளவு நீர் ஓட்டம். எப்படி போனான் என்று தெரியவில்லை. பரதேசி சொன்னது போல மாட்டையும் கன்றையும் பிடித்துக்கொண்டு திரும்பும் போது நீர் பாதம் நனையுமளவு தரையில் ஓடியது. கரையேறியதும் முதல் வேளையாக அவர்கள் பரதேசியைத் தான் தேடினார்கள். ஆலமரத்தின் கீழே யாருமில்லை. நிலா வெளிச்சத்தில் வீடு வந்து சேர்ந்தார்கள். இதற்குள் தெரு முழுக்க கூட்டம் கூடியிருந்தது. காணமல் போன கருத்தம்மாவை பார்ப் தற்கு வீட்டிற்குள் வந்துவிட்டனர். கருத்தம்மாவின் கன்றுக்குட்டி வெண்ணிறமாக இருந்தது. பாண்டியண்ணன் பரதேசியைப் பற்றியும் அவர் சொன்னதில் தான் மாட்டை கண்டுப்பிடிக்க முடிந்தது என்று கூடியிருந்தவர்களிடம் சொன்னான்.

(பகுதி நிறைவுற்றது)

நெல்லையப்பன் அழகர்மலையில் குளித்துவிட்டு மலையை விட்டு இறங்கி வந்த போது விடிந்திருக்கவில்லை. அவனுடன் இரண்டு பரதேசிகளும் வேகமாக படி இறங்கிக் கொண்டிருந்தனர். அவர் களில் ஒருவர் பக்திப்பாடலை முனுமுனுப்பதுப் போல பாடிக் கொண்டு வந்ததைக் கேட்பதற்கு நெல்லையப்பனுக்கு சுகமாக யிருந்தது. அந்த அதிகாலைப் பனியில் தலையில் கொட்டிய நூபுர கங்கை அவனது வேதனையும் துயரத்தையும் சிறிது மறக்கச் செய்திருந்தது. அங்கிருந்தபடியே குற்றாலத்திற்குப் போய்விடலாமா என்று யோசித்தான். அந்த பரதேசிகள் தேநீர் கடையில் நின்று பீடியைப் பற்றவைத்துக்கொண்டிருந்தனர். செய்தித்தாள் போடு வதற்காக சைக்கிளில் வந்த பையன் அவனை கடந்து சென்றான். பேப்பர்காரப்பையனிடம் போஸ்டரை கடையின் உள்சுவரில் தொங்கவிடும்படி கடைக்காரர் சொல்லிக்கொண்டிருந்தார். நெல்லை யப்பன் கடையினுள் தேநீர் பருகுவதற்கென உட்கார்ந்தான். பர தேசிகள் இரண்டு பேரும் போஸ்டரைப் பார்த்தபடி நின்றிருந்தனர். அவர்களில் ஒருவன் குற்றாலத்திற்கு போவோம் வா என்று அருகில் நின்றிருந்த மற்றொரு பரதேசியிடம் சொன்னான். தேநீர் பருகிக் கொண்டிருந்த நெல்லையப்பன் அவர்களைப் பார்த்தான். தான் மனதில் நினைத்திருப்பதை அவர்கள் சொல்கிறார்கள் என்று நினைத்தவன் அவர்களைப் பார்ப்பதைத் தவிர்த்தான். அவர்கள் பீடிக் கட்டுகளை வாங்கிக்கொண்டு நடந்து சென்றனர். நெல்லையப்பன் தேநீரைப்பருகி விட்டு மதுரைக்குச் செல்வதற்கென பேருந்து நிற்குமிடத்திற்கு நடந்தான். காலை வேளையில் பேருந்தில் ஆட்கள் யாருமில்லை. தூரத்தில் பறவைகளின் சப்தம் தான் கேட்டுக் கொண்டிருந்தது. அவனது தலைமுடியை காற்றில் உலர்த்தினான். பேருந்தில் அவனது முன் இருக்கையில் பரதேசிகள் இருவரும் அமர்ந்து கொண்டனர். பேருந்து புறப்பட்ட போது அவர்களில் இடதுப் பக்கத்தில் உட்கார்ந்திருந்தவன் வெத்திலை சாமியாரு சமாதிக்குப் போகணுமின்னு ஏன் இப்படி தவிக்கிறே. அங்க போய் உட்கார்ந்தா உனக்கு என்ன கிடைக்கிது? என்று அவனைத் திட்டினான். பதிலுக்கு அவன் அதெல்லாம் உமக்கு சொன்னாப் புரியாதைய்யா. அனுபவிச்சுப்பாரும் என்று அவரை சமாதானப்படுத்தினார். அவர்கள் அதற்குப்பிறகு ஒன்றும் பேசவில்லை. கள்ளந்திரியில் பேருந்து நின்ற போது மேலும் ஒரு பரதேசி ஏறிக்கொண்டார். கள்ளந்திரி பரதேசி பேருந்தில் அமர்ந்திருந்த பரதேசிகளைப் பார்த்து என்ன கோவிலுக்கா என்று கேட்டார். அவர்கள் இல்லை வெத்திலை சாமி சமாதிக்குப்போறோம் என்றார்கள். நெல்லையப்பனும் அப்போது மனதில் சாமிகளின் சமாதிக்குச் செல்வதுக்குறித்துத் தான் யோசித்துக் கொண்டிருந்தான். பரதேசிகள் அவனுக்கு வழிகாட்டிகளாகவும் அவனைப்போலவே

நினைப்பவர்களாகவும் இருந்தார்கள். நெல்லையப்பன் ஏன்தான் நினைப்பதை அவர்கள் பேசுவதும் இல்லை அவர்கள் பேசுவதை தான் நினைப்பதுமாக நடக்கிறது என்று பயணம் முழுக்க குழப்பமானவனாக அமர்ந்திருந்தான்.

பேருந்து நிலையத்தில் இறங்கிய போது அவனுக்கு முன் பரதேசிகள் நடந்து சென்று கொண்டிருந்தனர். நெல்லையப்பன் சாலையின் திருப்பத்தில் நின்று கொண்டான். அந்த காலை வேளையில் மயானத்திலிருந்த மரங்களில் பனித்துளிகளின் ஈரமும் மண் தரை முழுக்கக்காய்ந்த சருகுகளுமாக சமாதி முழுக்கக் காட்சி தந்தது. பரதேசிகள் இருவரும் வெற்றிலைசாமிகளின் சமாதி அருகே நின்றனர். ஒரு ரோஜாப்பூ தனது இதழ்களை விரித்து அந்த சமாதியின் மேல் கிடந்தது. நாம் இங்கே வரும் போதெல்லாம் ஒரு ரோஜாப்பூ இருக்கிறதை நீ கவனித்து வருகிறாயா என்று கேட்டார். அதற்கு மற்றொரு பரதேசி ஆமாம் என்பது போல தலையசைத்தார். அவர்கள் இருவரும் சமாதியின் அருகாமையில் இருந்த மரத்தினடியில் உட்கார்ந்து கொண்டனர். நெல்லையப்பன் கல்லறைத்தோட்டத் திற்கு நுழைந்த போது அவர்கள் பீடி புகைத்துக்கொண்டிருந்தனர். அவனும் சாமிகளின் சமாதிக்குப் பக்கத்தில் உட்கார்ந்து கொண டான். பரதேசிகள் அவனுக்காகக் காத்திருந்தவர்கள் போல இந்த சமாதிக்கு நூறு வயசுக்கும் மேலாகியிருச்சு. எங்கிருந்தெல்லாம்மோ ஆட்கள் வந்து பார்த்துட்டுப்போறாங்க என்றார். அவன் சமாதியின் மேலிருந்த ரோஜாப்பூவை எடுக்கப்போனான். பரதேசி அதைத் தடுத்தவராக கொஞ்சம் நேரங்கழிச்சு ஒரு சின்னப்புள்ளை வந்து எடுத்துட்டுப்போயிடும் என்றார். அவன் ஆச்சரியமானவனாக அவர் களுடன் உட்கார்ந்து கொண்டான். பரதேசிகளுடன் என்ன பேசுவது என்று அவனுக்குத் தெரியவில்லை. ஆனால் அவர்கள் பேசுவதைக் கேட்டுக் கொண்டேயிருக்க வேண்டுமெனத் தோன்றியது. அவர்கள் பீடியைத் திரும்பவும் பற்றவைத்துக்கொண்டார்கள். நெல்லையப்பனிடம் பீடி வேண்டுமா என்று கேட்டார்கள். அவனும் வாங்கிக்கொண்டான். பீடியை இழுப்பதற்கு காட்டமாக இருந்தது. முதலில் குமட்டிக்கொண்டு வருவது போலவும் பிறகு இரண்டு தடவை இழுத்ததும் அந்த வாசத்திற்கு பழகியவனாக மாறிவிட்டான். அவர்கள் அவனிடம் இதற்கு முன் வந்திருக்கிறாயா என்று கேட்டார்கள். அவன் இல்லை என்றான். பரதேசி ஒருவர் இனி நீ திரும்பத்திரும்ப இங்கே வந்துட்டுப் போயிட்டே இருப்பே. அந்த இடம் அப்படி என்றவர்கள் அவனிடம் இப்போ ஒரு சின்னப்புள்ளை வரும். அந்த பிள்ளை கை நிறைய்ய வெற்றிலை கொண்டு வந்து வச்சிட்டுப்போயிடும். நீ வேணா பாரேன் என்றார்கள். அவனும் அமைதியாக உட்கார்ந்திருந்தான். வெயில் அந்தத்தோட்டம் முழுவதும் படர ஆரம்பித்தது. பேருந்துகளின் சப்தமும்

ரயில் வண்டி களின் சப்தமுமாக முற்பகல் பொழுது கழியத்தொடங்கிய போது ஒரு சிறுமி பள்ளிக்கூடத்து சீருடையோடு அங்கு வந்தாள். அவள் வரும் போது பரதேசிகள் இருவரும் உறங்கியிருந்தனர். அவள் வந்ததும் முதலில் ஒற்றை ரோஜாப்பூவை எடுத்து தலையில் வைத்துக் கொண்டாள். பிறகு தனது பள்ளிக்கூடத்துப் பையிலிருந்த வெற்றிலை களை எடுத்து சமாதியின் மேல் வைத்தாள். கல்லறையின் அருகா மையில் மண்டியிட்டு பிரார்த்தனை செய்தாள். அவளின் முனு முனுப்பை நெல்லையப்பனால் புரிந்துக்கொள்ள முடியவில்லை. ஆனால் அவளது கண்களில் கசியத்தொடங்கிய கண்ணீரைக் கண்டதும் நிம்மதியிழந்தவனாக எழுந்து அவளருகே சென்றான். அவள் அவனது நிழல் தன் மேல் விழுவதை உணர்ந்தவளாக எழுந்து கொண்டாள். ஒற்றை ரோஜாவை தலையில் வைத்துக்கொண்டதும் அந்தச்சிறுமி அழகாகயிருந்தாள். அளவான முகத்திற்கு பூத்த பூ போல அந்த ரோஜா இருந்தது. அவள் கல்லறைத்தோட்டத்தின் வாசலை நோக்கி நடந்தாள். ரோஜா பெரியதாக மலரத்தொடங் கியதை நெல்லையப்பன் பார்த்தான். ஒரு நொடி தான். ஒரே ஒரு நொடி தான். அவளது தலையை மறைத்துவிட்டு பின்னர் தன் முன் வடிவத்திற்குத் திரும்பியது ரோஜா பூ. நெல்லையப்பன் அவள் மறையும் வரை பார்த்துக்கொண்டேயிருந்தான்.

பரதேசிகள் இன்னமும் உறங்கிக்கொண்டு தான் இருந்தார்கள். அவன் தன்னிடமிருந்த சிகரெட்டைப் பற்றவைத்துக் கொண்டான். சமாதியின் அருகே உட்கார்ந்திருந்தவனின் காதுகளுக்கு திடீரென்று நீரோடையின் அருகாமையில் இருப்பது போன்ற சப்தம் அவனது காதுகளுக்குக் கேட்டது. மிகவும் துல்லியமாக தண்ணீர் ஓடும் சப்தத்தைக் கேட்டதும் அவன் பயந்து போய் உட்கார்ந்திருந்த இடத் திலிருந்தபடியே திரும்பித்திரும்பிப் பார்த்தான். பரதேசிகள் உறக்கம் கலைந்து எழுந்ததும் அவனிடம் ஆற்றின் அருகில் அமர்ந் திருப்பது போல சற்று முன்பாக நீ உணர்ந்தாயா. ஆற்று நீர் ஓடும் சத்தம் உனக்கு கேட்டதா என்று கேட்டனர். அவன் ஆமாம் என்றான். நாங்களும் சத்தம் கேட்டுத்தான் விழித்தெழுகிறோம்! அந்த சிறுமி வந்துவிட்டுப் போனதற்குப் பிறகு தான் இப்படியாக சத்தம் கேட்கும். அவள் வந்தாளா என்று கேட்டனர். நெல்லையப்பன் அவர்களிடம் ஆமாம் என்று சொன்னான். பிறகு நீங்கள் எப்போது இங்கிருந்து போவீர்கள் என்று கேட்டான். அதற்கு அவர்கள் யாராவது வந்து போங்க போங்கன்னா சொல்லப் போறாங்க. நாம இருக்கிறவரை இருக்க வேண்டியது தான். வேற இடத்திற்குப் போகனுமின்னு நினைச்சா போயிற வேண்டியது தான் என்றார்கள். அவர்களது பையிலிருந்த பிளாஸ்டிக் பாட்டிலைத் திறந்து தண்ணீர் குடித்தார்கள். அவன் அவர்களிடம் தண்ணீர் பாட்டிலை வாங்கிக்கொண்டான். பிறகு பரதேசிகள்

இருவரும் படுத்துக்கொண்டார்கள். உறங்காமல் பீடியைப்புகைத்தபடி அவர்களாக பேசியபடியும் சிரித்தபடியும் இருந்தார்கள். நெல்லையப்பன் அவர்களிடம் உங்களுக்கு உறவினர்கள் என்று யாருமில்லையா என்று கேட்டான். பரதேசிகள் ஒன்றும் பதில் சொல்லாமல் எழுந்து உட்கார்ந்து கொண்டு அவனை பார்த்தபடி உனக்கு பொண்டாட்டி பிள்ளை அப்பா அம்மா அண்ணன் தோப்பு எல்லாம் இருக்கே. அப்புறம் நீ எதுக்கு இங்க வந்து உட்கார்ந்திருக்கிறே என்று அவனைப் பார்த்துக் கேட்டார்கள். நெல்லையப்பன் வேப்பங்குச்சியை கையில் வைத்தபடி யோசித்தவனாக அமைதியாக இருந்தான். திரும்பவும் பரதேசிகள் உனக்காவது தோப்பு மட்டும் தான் இருக்கு. இவருக்கு ஏல எஸ்டேட்டே இருக்கு. விட்டுப்பிட்டுப்போட சாமிகளான்னு வந்துட்டாரு. எல்லாம் ஒரு நொடியில தான் தம்பி. முடிவு எடுக்கிறதும் முடிவு எடுக்காமலிருக்கிறதும் என்று பரதேசி சொன்னதும் அவன் சமாதியின் மேலிருந்த வெற்றிலைகளில் ஒன்றை எடுத்துக் கொண்டான். அதன் காம்பைக் கிள்ளி அவன் வாயில் போட்டுக் கொண்டான். பரதேசிகள் என்ன நினைத்தார்களோ எழுந்து தோட்டத்தை விட்டு வெளியேறினார்கள். பரதேசிகளுக்குப் பின்னால் நெல்லையப்பன் செல்லவேண்டுமென்று நினைத்தான். அவனுக்கு வேறு எங்கு செல்வது என்று தெரியவில்லை. சமாதியின் அருகிலேயே அமர்ந்திருந்தவன் எழுந்து தோட்டத்தின் சுற்றுச்சுவர் மதில்களை பார்வையிட்டவனாக நின்றான். அவர்கள் இருவரும் ரயில்வே மேம்பாலத்தில் நின்று நெல்லையப்பனையே பார்த்துக்கொண்டிருந்தார்கள். பிறகு வேகமாக நடந்து கோயில் பக்கமாக சென்றார்கள்.

நெல்லையப்பன் நடுபகல் வரை அங்கிருந்தான். கல்லறைத் தோட்டத்தை கடந்து செல்லும் வாகனங்களையும் பேருந்துகளையும் ரயில் சத்தத்தையும் கேட்டுக்கேட்டு சலிப்புற்றிருந்தான். அமைதியாக சத்தமே யில்லாமல் ஏதாவது ஒரு இடத்திற்கு சென்று தூங்க வேண்டுமென்று நினைத்தான். அப்போது அவனுக்கு அவனது தந்தை பெரியநாச்சியார் சொன்னது ஞாபகத்திற்கு வந்தது. இரண்டு தடவை வீட்டை விட்டுப்போயிருக்கேன். யாரும் என்னைய தேடி வரலை. நானாகத் தான் திரும்பவும் வீட்டிற்கு வந்தேன். இந்த வீட்டோட ராசி அப்படி. யாரு சாமியாரப் போகணும் யாரு குடும்ப ஸ்தனாக வீட்டிலேயே இருக்கணுமின்னு ஒரு விதியிருக்கு நெல்லையப்பா. நம்ம வெற்றிலை சுவாமிகளோட வாரிசுகள்ளுன்னு சொல் றாங்க. நம்ம பூர்வீகத்தில தாத்தா காலத்தில் யாரோ வெற்றிலை சாமியாரா இருந்துருக்காங்க போல. நானும் சாமியாராகத்தான் போகணுமின்னு நினைச்சிருந்தேன். முடியவேயில்லை. கல்யாணம் செய்துகிட்டு இந்த கொட்டத்தையும் நம்ம வயலையும் பரிபாலனம் செய்து உங்களையும் பெத்து வளத்து இப்போ உட்கார்ந்திருக்கேன் என்றவர் வெற்றிலையை காறித்துப்பி

விட்டு காவியேறிய பற்களை காட்டி சிரித்தார். அவனுக்கு அந்த சிரிப்பும் அந்த பேச்சும் அப்போது ஞாபகத்திற்கு வந்தது.

அவனுக்கு உடனே வீட்டிற்கு சென்று அவரது அருகாமையில் அமர்ந்து பேசிக்கொண்டிருக்க வேண்டுமென்ற விருப்பம் உண் டானது. பேருந்து நிலையத்திற்குச் செல்வதற்கென நடந்தான். அப்போது அவனிடம் பணம் எதுவுமில்லை. நடந்தே ஊர் போய் சேர்ந்து விடலாமா என்று நடக்கத் தொடங்கினான். வழியில் யாராவது தெரிந்தவர்கள் இருந்தால் பணம் வாங்கிக்கொண்டு செல்லலாமென்று நினைத்தான். இந்த ஊரில் நெல்லையப்பனுக்குத் தெரிந்தவர்கள் என்று யாருமில்லை. திரும்பவும் எதற்காக ஊருக்குப்போக வேண்டுமென அவன் யோசிக்கத் தொடங்கினான். சிறிது தூரம் நடந்து சென்றான். அவனுக்கு எதிரே பள்ளிக்கூட சிறுமிகள் இருவர் வந்து நின்றனர். அச்சிறுமிகளில் ஒரு பெண் காலையில் சமாதிக்கு வெற்றிலை கொண்டு வந்து வைத்தவள். அவள் நெல்லையப் பனைப் பார்த்து சாமி உங்க அப்பா இறந்து போயிட்டாரு. உங்க ஊரில் உங்களைத் தேடிக்கிட்டு இருக்காங்க. நீங்க ஊருக்குப் போகலையா என்றபடி அவனது அருகாமையில் வந்து நின்றாள். தனது பேனா டப்பாவைத் திறந்து அதிலிருந்த நூறு ரூபாய் தாளை எடுத்துக்கொடுத்தாள். நெல்லையப்பன் எதுவும் பேசவில்லை. பணத்தை வாங்கிக்கொண்டு தனது சட்டைப்பையில் வைத்துக் கொண்டான். அச்சிறுமிக்கு தனது தந்தையைப் பற்றி எப்படி தெரியும். எதற்காக தன்னை அச்சிறுமி சாமி என்று அழைத்தாள் என்று யோசித்தவனாக பேருந்து நிலையத்திற்கு சென்றான். தனது ஊருக்குச் செல்லும் பேருந்தில் ஏறி அமர்ந்து கொண்டான். டிக்கெட் வாங்குவதற்கென பணத்தை எடுத்த போது அவன் தனது சட்டை பாக்கெட்டில் நூறு ரூபாய் கட்டு ஒன்று மடித்து வைக்கப்பட்டுள் ளதை பார்த்தான். அவனுக்கு ஆச்சரியமாக இருந்தது. பேருந்தை விட்டு இறங்கிக்கொண்டான். அதற்குப்பிறகு நெல்லையப்பன் தனது வீட்டிற்குச் செல்லவேயில்லை. யாரும் அவனைத் தேடவும் இல்லை.

இதற்கிடையில் ஒரு பெண்

ஒரு கனவு காட்சியிலிருந்து இக்கதையினைத் தொடங்க வேண்டுமென நெடுநாட்களாக காத்திருந்தேன். என்னோடு பாலாஜியும் அவனது கதையை வாசிக்க ஆர்வத்துடன் காத்திருக்கிறான். சீனிவாசன் மற்றும் அவரது நண்பர் ரகு, ரகுவின் தம்பி நீராத்து என்கிற நீராத்தலிங்கம் ஆகியோருடன் பாலாஜியின் அம்மாவும் இக்கதையில் வருகிறார்கள். கதை முழுவதும் பாலாஜி தான் பிரதானமான கதாபாத்திரம் என்பதை வாசிக்கும் போது தெரிந்து கொள்வீர்கள் என்பது எனது அபிப்ராயம். துணை கதாபாத்திரங்களாக சில பெண்கள் இக்கதையில் வருகிறார்கள். அவர்கள் மூலம் பாலாஜியின் மனவுலகின் சித்திரத்தை வரையமுடியாத சட்டகத்திற்குள் கொண்டுவரும் முயற்சியாக சொல்லவிரும்புகிறேன் என்பதை தெரிவித்துக்கொள்கிறேன்.

முதலில் ஒரு கனவு காட்சி:

பாலாஜி மிகச்சிறுவனாக நின்றிருக்கிறான். அவனை அவனது சகோதரி பள்ளிக்கூடத்திலிருந்து அழைத்து வருகிறாள். சகோதரிக்கு நன்றாக பாட்டுப்பாடத்தெரியும். அவளது பாடலைக் கேட்ட வயதானவர் நல்ல குரல் பின்னாளில் பாடகியாக வருவாய் என்று ஆசீர்வாதம் செய்திருக்கிறார். அந்த நல்லாசியின் குரல் அவளது காதுகளுக்கு எங்கிருந்து எங்கிருந்தோ ஒலித்து கேட்கத் தொடங்கியது. அந்த சத்தத்தைக் கேட்டுத்தான் அவள் வளரத் தொடங்கினாள். அந்த சத்தத்தைக் கேட்டுத்தான் பாட்டுப் பாடினாள். அந்த ஒலியே அவளுக்குப் பாட்டைப் போலக்கேட்டது. நல்ல குரலுள்ள மலை மகளே நீ பாடகியாவாய். நல்ல குணமுள்ள குணமகளே நீ பாடகி யாவாய் என்று பாட்டு பாடியது. அந்த பாட்டு முடிவதற்குள் அவள் பெரிய மனுஷியாகி சேலை கட்டி 70mm திரை முழுதும் வளர்ந்திருந்தாள்.

பாலாஜி தன் சகோதரி பாடும் பொழுதெல்லாம் கைதட்டி ஆரவாரம் செய்தான். அவன் இப்போது இளைஞனாக இருக்கிறான். சைக்கிள் கடையில் தனது நண்பர்களுடன் அமர்ந்திருக்கிறான். அவனை கடந்து செல்பவர்கள் மரியாதையாகவும் அன்பாகவும் பார்த்துச் சிரிக்கிறார்கள். பதிலுக்கு அவனும் எழுந்து நின்று வணக்கம் சொல்கிறான். கடந்து செல்பவர்கள் பரவாயில்லை பரவாயில்லை என்று சொல்கிறார்கள். அவர்களில் கடைசியாக வரும் பெரியவர் அவனிடம் பானுமதி பாடுன பாட்டு இன்னும் எங்காதிலே இருக்கு பாலா. இந்த வருஷம் நம்ம ஊரு கோயில் திருவிழாவில் அவள்தான் பாடனும் என்கிறார். பாலாஜியும் அவனது நண்பர்களும் சந்தோசத்தில் ஹோவென்று கத்துகிறார்கள். பிறகு நீளமான ஒற்றையடிப்பாதையில் ஒருவர்பின் ஒருவராக சைக்கிளை ஓட்டிக்கொண்டு பாடியபடி செல்கிறார்கள். அவர்கள் சூரியனை நோக்கிப் போவது போல அந்த பாதை அமைந்திருக்கிறது. பாலாஜி ஓட்டிச்செல்லும் சைக்கிளின் முன் சக்கரம் சூரியவட்டத்தின் கீழ்புறத்தில் மோதி விடுவது போல வேகமெடுத்துச் செல்கிறது. சூரிய வெளிச்சம் குறைந்து பிறகு நிலவு தோன்றுகிறது. நிலவுக்குப் பக்கத்தில் நிற்பது போல கோபுரமும் அதற்கு முன்புறத்தில் பாடகி பானுமதியும் நின்றிருந்தாள். பாடகி பானுமதி பட்டுசேலை கட்டியிருந்தாள். அவளுக்கு சால்வையும் மாலையும் தட்டு நிறைய ஆப்பிள் பழங்களும் நூறு ரூபாய் நோட்டுக்கள் சிலவும் தருகிறார்கள். எழுந்து நின்று சிலர் கைதட்டுகிறார்கள். பானுமதி பாடுகிறாள். அந்த பாடலைக் கேட்பவர்கள் மனம் உருகினார்கள். பலரும் கண்ணீர் வடித்தனர்.

தியேட்டரில் குழந்தைகளைப் போல அழுதவர்கள் வெட்கப் படாமல் பக்கத்திலிருந்தவர்களைப் பார்த்து கண்களைத் துடைத்துக் கொண்டனர். பாடகி பானுமதி அழுகாமல் பாடி திரண்டு வந்த ஒற்றை கண்ணீர் துளியை கண்ணிலேயே வைத்திருந்து வீட்டிற்குச் சென்றாள். வீட்டில் கண்ணீரை மாலைமாலையாக சிந்தி அழுதாள். பாலாஜியைப் பார்த்து உனக்கொரு வேலை வேண்டுமென்று தான் சாமிக்கிட்டே உருகி பாட்டாபாடி கேட்டுக்கிட்டேன் என்றாள். பாலாஜியும் தலைகவிழ்ந்தவனாக நின்றிருந்தான். பாலாஜி அவளிடம் ஊருக்கெல்லாம் பாட்டு பாடுறேயே. எனக்குன்னு ஒரு பாட்டு பாடுறீயா என்று கேட்டான். அவளும் பாடினாள். அந்த பாட்டு சிரிப்புப்பாட்டு போலவும் குழந்தைக்கு கதை சொல்லுவது போலவும் இருந்தது. பாலாஜி அந்த பாட்டைத் திரும்பி பானுமதிக்காக பாடி னான். திரையில் பெண் குரலில் ஒலித்தப்பாடல் இப்போது ஆண் குரலில் ஒலித்தது. தியேட்டரிலிருந்தவர்கள் சிலர் எழுந்து வெளியே சென்றனர். திரையில் பானுமதி உறங்கினாள்.

பாலாஜி தான் அமர்ந்திருந்த நாற்காலியை விட்டு எழுந்து கொண்டான்.

தியேட்டரை விட்டு வெளியே செல்ல நினைத்தான். அவனுக்கு படம் பிடிக்கவில்லை. படம் துவங்கியதிலிருந்து தன்னையே கதாநாயகனாக நினைத்து கனவு கண்டுகொண்டிருந்தவன் அதிலிருந்து தன்னை விடுத்துக்கொண்டான். இடைவேளை விட்டதும் திரையரங்கின் மெயின் கேட்டைத் திறந்து விட்டனர். பாலாஜி வீட்டிற்குச் சென்றான்.

தெருவில் பார்த்த பெண்:

பாலாஜி நூலகத்தை விட்டு வெளியே வந்த போது அவள் அவனைக் கடந்து சென்றாள். பாலாஜியினால் அவளை மிக அருகாமையில் பார்க்க முடிந்தது. ஒடிசலாகவும் நீளமான கூந்தலும் கொண்ட அப்பெண் குட்டையாகயிருந்தாள். அவள் நடந்து செல்வது அழகாகயிருந்தது. அவள் நடந்து செல்வதை பார்த்துக் கொண்டேயிருந்தான். நூலகத்தில் அவனுக்குப் பக்கத்தில் நியூஸ் பேப்பர் படித்துக்கொண்டிருந்தவன் அவளைப் பின் தொடர்ந்து நடந்து செல்வதை பாலாஜி தற்செயலாகப் பார்த்தான். பாலாஜி வீட்டிற்குச் செல்ல அந்த பாதையில் நடந்து செல்லவேண்டும். அவர்கள் மூவரும் ஒரு நேர்கோட்டில் நடப்பது போல ஒருவரைத் தொடர்ந்து ஒருவர் நடந்தார்கள். அந்தத் தெருவி லிருந்த வீடுகளின் கதவுகள் அடைத்துக் கிடந்தது. அந்தத் தெருவின் திருப்பத்தில் அவள் நின்று கொண்டாள். நின்றவள் தனக்குப் பின்பாக வந்தவனைப் பார்த்து சத்தமாக “எத்தனை தடவ சொல்லுறது. உன் இஷ்டத்திற்கெல்லாம் வர முடியாது. வான்னு சொன்னதும் வந்துடணுமின்னு என்ன எழுதியா கொடுத்திருக்கேன். எனக்கு புருஷன் பிள்ளைகள் எல்லாம் இருக்கு. கூப்பிடுறதுக்கு ஒரு நேரம் காலம் இல்லை. பிரியாணி சூடாயிருக்குன்னு சொல்றே. கே.எஸ். வாங்கி ரெடியா வைச்சுருக்கேன்னு சொல்லுறே. நான் என்ன உனக்கு தேவடியாவா. ஏன் கூட படுத்துட்டு என்கிட்டேயே காசு கேட்கிறவன் நீ” என்று திட்டினாள். பிறகு அவள் ஆத்திரம் அடங்கியவளாக இடுப்பில் சொருகியிருந்த கைக்குட்டையை எடுத்து கழுத்தையும் உதட்டையும் உள்ளங்கையையும் துடைத்துக் கொண்டாள். அவளுக்கு எதிரே நின்றிருந்தவன் பதில் எதுவும் பேசாமல் இருந்தான். அவள் நின்றிருப்பதற்கு அருகிலிருந்த சுவரில் சினிமா படங்களின் போஸ்டர்கள் ஒட்டியிருந்தார்கள். பாலாஜிக்கு அந்த இடத்தை விட்டுச் செல்ல விருப்பமில்லை. தெருவில் பூட்டியிருந்த வீட்டின் வாசலில் உட்கார்ந்து கொண்டான். அவர்கள் நின்றிருந்த பக்கமாக உட்காராமல் வேறு பக்கமாக முகத்தை வைத்துக்கொண்டான். அந்த தெருவில் போட்டிருந்த சிமிண்ட் பாத்திகள் விரிசல் விட்டிருந்தது. கீறல் விழுந்த சிமிண்ட் பாத்திகள் தெரு முழுக்க ஒரு டிஸைன் கோடு போல வளைந்தும் நேராகவும் கிடந்தது. பாலாஜி யாருக்காகவோ காத்திருப்பது போல அவர்களுக்குத் தெரியாமல் இருவரையும் பார்த்துக் கொண்டிருந்தான்.

அப்பெண்ணின் எதிரே இருந்தவன் கைகளைப் பிடித்துக் கொள்வதும் அவள் அவனது கைகளைத் தட்டிவிடுவதுமாக இருந்தாள். வளையல் ஒன்றுடன் ஒன்று இணைந்து விலகி கொள்ளும் சத்தத்தை பாலாஜி யினால் கேட்கமுடிந்தது. பிறகு அவர்கள் இருவரும் அந்த தெருவை விட்டு நடந்து சென்றனர்.

இருவர் காதலித்த ஒரு பெண்:

பாலாஜியிடம் சினிமாவிற்குச் செல்ல பணம் இல்லை. சீனிவாசன் அண்ணனிடம் தான் வாங்கிக் கொள்ளவேண்டுமென நினைத்து அவரிடம் கேட்டான், சீனி அண்ணன் பணம் தரும் போது “ஏண்டா இப்படி தினமும் சினிமாவுக்குப்போறே. குரூப் எக்ஜ்ஜாம்மிற்கு படிடா. தினமும் லைப்பேரிக்குக்குப் போறாயா? போடா போயீ படிடா என்று அவனை திட்டினார். கூடவே ரகு அண்ணனும் சேர்ந்து கொண்டு பாலாஜியையும் நீராத்தையும் திட்டினார்கள். அதோடு அவனை அவர்கள் விட்டுவிடவில்லை. நாங்கப்படிக்கிறப்பே அடுப்புக்கு விறகு வாங்கிக் கொடுத்துட்டு அப்புறம்தான் ஸ்கூலுக்குப் போவோம். மதியம் சாப்பிடுற நேரத்துக்குள்ள ரேஷன் கடைக்குப் போய் வரிசையில நின்னு மண்ணெண்ணை வாங்கித்தந்துட்டு ஸ்கூலுக்குப் போவோம். நீ என்னாடான்னா படிக்காம ஊர் சுத்திக்கிட்டுயிருக்கே” ரகுவும் சீனியும் மாறிமாறி திட்டிய பிறகு சினிமாவிற்கு காசு கொடுத்து படம் பார்க்க போக சொன்னார்கள். அவர்களும் பாலாஜியின் வயதை கடந்து வந்தவர்கள்தானே. அவர்களுக்கும் வீட்டிற்குத் தெரியாமல் சினிமா பார்க்கும் பழக்கம் இருந்தது. வேலை கிடைத்த பிறகு அவர்களால் சினிமாவிற்கு முன் போல செல்லமுடியவில்லை. சனி ஞாயிறு கூட அலுவலக வேலைகளை வீட்டிற்கு எடுத்து வந்து செய்கிறார்கள்.

சீனியும் ரகுவும் கல்லூரியில் படிக்கும் போது சுசீலா என்ற பெண்ணை காதலித்து வந்தார்கள். அவர்கள் இருவரும் போட்டி போட்டுக்கொண்டு அவளுக்கு மிட்டாய் வாங்கித் தருவதும் நோட்புக் வாங்கித்தருவதுமாக இருந்தார்கள். ரகுராமன் அவளை ஹோட்டலில் டிபன் வாங்கித்தந்து சினிமாவிற்குச் அழைத்து சென்றான். அப்படியொரு நாள் சாப்பிட்டுக்கொண்டிருந்த போது அவர்களது கல்லூரி முதல்வரும் அதே ஹோட்டலுக்கு சாப்பிட வந்து உட்கார்ந்துவிட்டார். ஹோட்டலில் அந்த பெண்ணுடன் ரகுராமும் சாப்பிட்டுக் கொண்டிருந்ததை பார்த்துவிட்டார். அவர்களும் முதல்வரைப் பார்த்துவிட்டனர். ரகு வேண்டுமென்றே ஸார் நீங்கள் சாப்பிட்டதற்கு பில்லை நான் பே பண்ணிடவா என்று தைரியமாக கேட்டிருக்கிறான். பெரிய பணக்கார பிரின்ஸ் அவர். கோபம் வந்து இரண்டு பேரையும் சன்ஸ்பென்ஸ் செய்துவிட்டார். இந்த விசயம் கல்லூரியில் அனைவருக்கும் தெரிந்துவிட்டது. ஹோட்டல் சுசிலா என்றே பெயர் வைத்துவிட்டனர்.

தனக்கு நேர்ந்த அவமானத்தை பொறுத்துக்கொள்ளாதவள் ரகுவிடம் பேசாமல் இருந்தாள். சீனி தனக்காக அவனது காதலை விட்டுத் தரும்படி கெஞ்சி கேட்டிருக்கிறான். அவனும் சரி என்று விட்டுக் கொடுத்துவிட்டான். சீனி சுசிலாவிடம் காதலை தெரிவித்தபோது அவள் மறுத்து விட்டாள். ஆத்திரத்தில் சீனி பிராந்தியில் எலி மருந்தை கலந்து குடித்து இரண்டு நாட்கள் ஆஸ்பத்திரியில் படுத்தெழுந்து வந்தான். சீனிக்காக ரகுவும் அவளை காதலிப்பதை விட்டுவிட்டான். பிறகு அந்த லவ்மேட்டர் என்னவானது என்று தெரியவில்லை. அதற்கு பிறகு அவர்கள் யாரையும் காதலிக்கவில்லை.

சீனிக்கும் பாலாஜிக்கும் எட்டுவருட வித்தியாசம். சீனி வணிக வியல் பட்டதாரி. தமிழ் ஆங்கிலம் தட்டச்சில் லோயர் ஹையர் என்று படித்து வைத்திருந்தார். சொல்லிவைத்தது மாதிரி சீனிக்கும் ரகுவுக்கும் பஞ்சாயத்து யூனியன் ஆபிஸில் டைப்பிஸ்ட் வேலை கிடைத்துவிட்டது. வேலை கிடைக்காமல் இருந்த போது பாலாஜியை அவர்கள் எதுவும் சொல்லியதில்லை. பாலாஜியை சினிமாவுக்கு அழைத்துச் சென்றிருக்கின்றனர். வேலை கிடைத்ததும் அவர்கள் பழக்கமே மாறிவிட்டது. காலை எழுந்ததும் இருவரும் மூன்று கிலோ மீட்டர் வரை நடந்து சென்று வருகிறார்கள். பிறகு நீண்ட நேரம் யார் யாருக்கோ டைப்பிஸ்ட் சீனி பேசுறேன் டைப்பிஸ்ட் ரகு பேசுறேன் என்று ஃபோன் செய்து பேசுகிறார்கள்.

பாலாஜியின் அம்மாவும் அதற்கேற்ற மாதிரி தம்பி என்னமோ ஆபிஸ் வேலையா இருக்குது. ஆபிஸ் வேலையா ஏதோ யோசிச் சுட்டு இருக்குது. ஆபிஸ் வேலையா யார் கூடயோ பேசிக்கிட்டுருக்கு என்று வீட்டிற்கு வருகிறவர்களிடம் சொல்லிக் கொண்டிருந்தாள். அவர்கள் அரசு தேர்வுக்குப் படித்து தேர்ச்சிப்பெற்ற புத்தகத் தைத்தான் பாலாஜியும் வைத்திருக்கிறான். அரசு தேர்விற்கான புதிதாக வந்துள்ள புத்தகங்கள் எல்லாம் ரகுவிடம் இருக்கிறது. ரகு தன் தம்பியை எப்படியாவது மாஜிஸ்திரேட் ஆபிஸில் டைப்பிஸ்ட் அல்லது எழுத்தராக பணியில் அமர்த்திவிடவேண்டுமென திட்ட மிருந்தார். நூலகத்தில் நீங்களும் கலெக்டர் ஆகலாம்' நீங்களும் இனி I.A.S.தான் என்று புத்தகங்களை நூலகர் யாருக்கும் வெளியே தருவதில்லை. நூலகத்திலே உட்கார்ந்து படித்து குறிப்பு எடுத்துக் கொள்ளலாம். பாலாஜியும் ரகுவின் தம்பி நீராத்தலிங்கமும் எப்படி யாவது அந்த புத்தகங்களை திருடிக் கொண்டுப்போய் விடவேண்டு மென திட்டம் போட்டு முடியாமல் போய்விட்டது.

மழை காலத்தில் நூலகத்தில் கூட்டம் குறைந்திருக்கும். அந்த வேளையில் புத்தகத்தை திருடிவிடவேண்டுமென திட்டமிட்டிருந்தனர். மழைகாலத்தின் தொடக்க நாட்களில் அவர்களுக்கு நோட்டமிடுவதற்கும்

புத்தகத்தை வேறு வேறு இடங்களுக்கு மாற்றி வைப்பதற்குமே நேரம் சரியாகயிருந்தது. புத்தகத்தை திருட முடியவில்லை . முதலில் நீராத்து ஒரு புத்தகத்தை எடுத்து வயிற்றில் சொருகிக்கொண்டான். பாலாஜியினால் முடியவில்லை. எவ்வளவோ முயன்றும் யாராவது அவனை கடந்து கொண்டும் அல்லது அவன் அருகே நின்று புத்தகத்தை எடுப்பதுமாக இருந்தார்கள். நீராத்து உடனே வயிற்றில் ஒளித்துவைத்திருந்த புத்தகத்தை திரும்பவும் இருந்த இடத்திலேயே வைத்துவிட்டான். அன்று அவர்கள் சண்டைப் போட்டார்கள். நடுரோட்டில் நின்று கொண்டு மாறிமாறி திட்டிக் கொண்டார்கள்.

நீராத்திற்கு கோபம் வந்துவிட்டது. தனது அண்ணனிடம் ஏதோ ஆத்திரத்தில் நடந்த சண்டையை சொல்லிவிட்டான். ரகுவும் ஆபிஸ் போகும் அவசரத்தில் பாலாஜியை இரண்டு திட்டு திட்டி விட்டு சென்றுவிட்டார். அதிலிருந்து சில நாட்கள் இருவரும் எதுவும் பேசாமல் இருந்தனர். சீனிதான் இதனை ஒரு ஞாயிற்றுகிழமை கண்டுப்பிடித்து அவர்களை சமாதானம் செய்து வைத்தார். நான்கு பேரும் சினிமாவிற்கு சென்று கோபதாபத்தை முடித்துக் கொண்டனர்.

ரகுவும் சீனியும் இதுபோல் ஒரு முறை பேசாமல் இருந்ததாக பாலாஜியின் அம்மா சொல்லியிருக்கிறாள். அதுவும் குரூப் பரீட்சை ஆரம்பிப்பதற்கு சில நாட்களுக்கு முன்பு. ஒருவர் முகத்தை ஒருவர் பார்க்காமல் எத்தனை நாட்கள் இருந்துவிடமுடியும் என்று இருவரது வீட்டிலும் விட்டுவிட்டனர். அவர்களது அப்பாமார்கள் கூட பொம்பளைங்க சண்டை போடுறது மாதிரி இவனுங்க இரண்டு பேரும் ஒன்னுமில்லாததற்கெல்லாம் சண்டை போடுவாங்கே என்று திட்டினார்கள். ஆனால் யாரும் பேசவில்லை. பரீட்சைக்கு ஒரு மணிநேரத்திற்கு முன் தான் பேசுவதற்கு அவர்களுக்கு மனம் வந்தது. அதுவும் அவர்களுடன் படித்த சுசீலாவை பார்த்ததால் தான். சுசீலா திருமணம் செய்து கொண்டு கூடவே கணவனையும் அழைத் துக்கொண்டு அரசுதேர்வுக்கு வந்திருந்தாள். ஹாலில் அவளை பார்த்தவுடன் சீனியினால் பேசாமல் இருக்கமுடியவில்லை. ஏதோ வேகத்தில் அவள் கேட்டதற்கு ரகு இங்கு தான் இருக்கிறான் என்று பதில் சொல்லிவிட்டான். பிறகு ரகுவும் பேச்சை மாற்றி சீனியுடன் பேச ஆரம்பித்துவிட்டான். பரீட்சை முடிந்து வீட்டிற்குத் திரும்பும் போது இருவரும் பேசிக்கொண்டு வந்ததை பார்த்தவுடன் இரண்டு வீட்டுக்காரர்களுக்கு நிம்மதியாக இருந்தது. அன்று மாலையே இருவரும் சினிமாவிற்கு சென்றனர்.

புத்தகத்தை திருடிய பெண்:

நீராத்தலிங்கமும் பாலாஜியும் நூலகத்தில் வார இதழ்களைப்

படித்துக் கொண்டிருந்த போது நீராத்துதான் அந்தப் பெண்ணை பார்த்தான். இதற்கு முன் அந்தப்பெண்ணை அவன் இதற்கு முன் நூலகத்தில் பார்த்ததில்லை. நூலகத்தில் அவர்களுக்கு நிறைய்ய நண்பர்கள் இருந்தார்கள். அவர்களோடு நூலகம் முடிந்ததும் அரசு பணியிடங்களில் காலியாகவுள்ள மற்றும் காலியாகப்போகின்ற இடங்களைத் துப்பு துலக்கி விவரித்து பேசிக் கொண்டிருப்பார்கள். தேர்வு எழுதி முடித்ததும் பேப்பரை சேஸ் செய்வது மார்க் வந்ததும் டிப்பார்ட்மெண்ட் ஆட்களைப் பிடித்து இண்டர்வியூ வர வழைப்பது என்று நூலகத்திற்கு வெளியே ரகசியமாக பேசி வந்தனர். அவர்கள் பேசி வந்த இடத்தில் தான் முன் ரகுவும் சீனியும் அவர்கள் காலத்தில் தங்களது நண்பர்களுடன் பேசி வந்தனர். நூலகத்திற்கு வரும் பெரும்பாலான ஆட்களின் நடைசத்தத்தை கண்களை மூடிக்கொண்டே கேட்டு யார் யார் வருகிறார்கள் என்று நீராத்தும் பாலாஜியும் சொல்லிவிடுவார்கள். அந்தப் பெண்ணை இதற்குமுன் அவர்கள் பார்த்ததில்லையென்ற போதிலும் அவள் கொண்டு வந்த புத்தகம் அவளும் அரசு தேர்வுக்காக தயாராகிக் கொண்டிருக்கிறாள் என்பது தெரிந்தது.

நீராத்து அவளைத் தொடர்ந்து பார்த்துக்கொண்டிருந்தான். புத்தக ரேக்குகளில் அவள் மறைந்து புத்தகங்களின் இடைவெளியில் ஒரு ஒளி கீற்றைப்போல தெரிந்துகொண்டிருந்தாள். புத்தகங்கள் இல்லாத ரேக்குகளின் இடைவெளியில் அவளது முகம் பளிச்சென்று தெரிந்தது. அந்த பெண் இரண்டு புத்தகங்களை எடுத்து சேலையை விலக்கி இடுப்பில் சொருகிக்கொள்வதை அவன் பார்த்தான். நீராத்து தன் அருகிலிருந்த பாலாஜியிடம் அந்த பெண் புத்தகத்தை திருடுவதைக் காட்டினான். அவனும் பார்த்தான். அந்த பெண் இரண்டு புத்தகங்களை திருடிவிட்டாள். பிறகு அவள் எப்போதும் போல தனது சேலையை இழுத்துவிட்டு பார்வைக்கு எதும் தெரியாதபடி நடந்தாள். அவள் நூலகத்தை விட்டு வெளியே சென்றதும் பாலாஜியும் நீராத்தும் என்ன செய்வது என்று தெரியாதவர்களாக திரும்பவும் வார இதழைப் படிக்க ஆரம்பித்தார்கள். அதற்குப்பிறகு ஒவ்வொரு முறையும் அவர்கள் ரேக்குகளிலிருந்த புத்தகத்தை எடுக்கும் போது அந்தப்பெண்ணின் முகமும் சேலையில் மறைத்து வைத்துக்கொண்டு போன புத்தகங்களும் தான் ஞாபகத்திற்கு வரும்.

நூலகத்தில் அதற்குப் பிறகு அப்பெண்ணை அவர்கள் பார்க்கவில்லை. நூலகத்தில் உதவியாளர் இரண்டு புத்தகங்கள் காணாமல் போனதை கண்டுப்பிடிக்க குறைந்தபட்சம் ஓராண்டுகளாவது கழிய வேண்டும். நீராத்தும் பாலாஜியும் அந்தப்பெண் எப்பொழுதாவது வந்துவிடுவாள் அவளைத் தொடர்ந்து சென்று அவளது விலாசத்தை கண்டுகொள்ள

வேண்டுமென நினைத்தார்கள். அவர்களால் முடியவில்லை. அவள் எப்பொழுது வருகிறாள் எப்பொழுது செல்கிறாள் என்பது அவர்களால் தெரிந்து கொள்ள முடியாததாகயிருந்தது. பிறகு விட்டுவிட்டனர்.

பண்டிகை கால விடுமுறையின் போது தங்களது பழைய நண்பர்களை சந்திக்கும் பொருட்டு ரகுவும் சீனியும் நூலகத்திற்கு வந்தனர். அவர்கள் நூலகத்திற்குள்ளேயே வரவில்லை. மெயின் கேட்டிற்கு அருகேயிருந்த மரங்களுக்கு இடையில் நின்று கொண்டனர். பாலாஜியும் நீராத்தும் உள்ளே வரும்படி வற்புறுத்தி அழைத்தும் அவர்கள் இருவரும் வரவே யில்லை. ஏதோ துக்கம் கொண்டவர்கள் போல அங்கேயே நின்று கொண்டனர். ரகுவின் கண்கள் கலங்கியிருந்தது. பாலாஜியும் நீராத்தும் நூலகத்திற்குள் சென்றதும் வேலைக்குப்போகாமல் படிச்சிட்டேயிருந்தா எப்படி யிருந்திருக்கும் என்று கண்களைத் துடைத்தவராக சொன்னார். சீனி பதிலுக்கு ஒன்றும் பேசாமல் அமைதியாக மரங்களின் மேலே கட்டியிருந்த காகங்களின் கூட்டைப் பார்த்துக் கொண்டிருந்தார். நூலகத்தின் பகல் நேர அலுவலகம் முடிந்ததும் நூலகர் கதவை அடைத்துவிட்டு வெளியேறினார். ரகுவையும் சீனியையும் கூடவே அவர்களது நண்பர்களையும் பார்த்ததும் “வாங்கப்பா இப்பத்தான் உங்களுக்கெல்லாம் கண்ணுதெரிஞ்சதா. கவுர்மெண்ட் வேலை கிடைச்சதும் இந்த பக்கமே வரமாட்டேங்கிறீங்க” என்று அவர்களை பார்த்து திட்டினார்.

“ரகு அண்ணே வேலை இடுப்பை ஒடிக்கிதுண்ணே . பேசாமல் சொந்தமா ஏதாவது தொழிலை செய்துட்டுப்போகலாமுண்ணே. கல்யாணம் செய்துக்கிறதுக்கு ஆசைப்பட்டு கவுர்மெண்ட் வேலைக்குப்போனா மூத்திரம் கூட போகமுடியாம அவஸ்தையாக இருக்குண்ணே”

“இப்போ தெரியுதா. என்னையே எத்தனை நாளு கிண்டல் செய்திருப்பீங்க. எத்தனை நாளு திட்டியிருப்பீங்கே” என்று சிரித்தபடி பேசியவர் அதெல்லாம் முதல்லே அப்படித் தாப்பா இருக்கும். அப்புறம் போகப்போக சரியாப்போயிடும். வாங்க டீ சாப்பிடலாம் என்று அழைத்துக் கொண்டு போனார்.

“அந்த காலமெல்லாம் திரும்பவும் வராதுண்ணே. எத்தனை நாள் ராத்திரியில புது புத்தகத்திற்கு ஸ்டாக் எடுத்து எழுதியிருப்போம். லைப்பேரியில் உட்கார்ந்துட்டே சாப்பிட்டிருப்போம். ஆபிஸருக்கு பிரியாணி வாங்கிக்கொடுத்து சினிமாவிற்குப் போயிருப்போம். நினைச்சுப் பார்த்தா வேதனையா இருக்குண்ணே. நாங்களும் லைபேரரிசயின்ஸ் படிச்சுட்டு உங்களை மாதிரி லைபேரியனா வேலைக்குப் போயிருக்கலாமுன்னு தோனுது.”

“நீ இப்படி நினைக்கிறே. நான் அந்த காலத்திலே டீச்சர் ட்ரையினிங்கிற்கு

சீட் கிடைக்காமல் இங்க வந்து சேர்ந்து ஆத்த மாட்டாமல் வேலை பார்த்து கல்யாணம் செய்து பிள்ளைகளை பெத்து அதுகளையும் படிக்கவைச்சுட்டுத்தான் இருக்கேன்”

“ஒவ்வொருத்தருக்கும் ஒவ்வொரு ஆசையிருந்துருக்குண்ணே. வேலை கூட நம்ம ஆசைபடுறது மாதிரி கிடைக்காமல் போச்சேண்ணே”

“சரி விடுப்பா இப்போ என்னா செய்ய முடியும்”

அவர்கள் டீக்கடையின் முன் நின்ற போது வெயில் எதிர் திசையில் விழுந்திருந்தது. ரகு வந்திருப்பவர்களை எண்ணி டீ மாஸ்டரிடம் டீ சொன்னார். மாஸ்டர் டோக்கன் வாங்கச் சொன்னார். இப்போ டோக்கன் வாங்குனாத்தான் டீ என்று லைபேரியன் சொன்னதும் பாலாஜியிடம் அவர் பணம் தந்து டோக்கன் வாங்கச் சொன்னார்.

ரகு அவரிடம் “எண்ணே லைபேரியில ஒருத்தன் விஷம் குடிச்சுட்டு சாகுறதுக்கு வந்தானே திரும்பவும் அவன் லைபேரிக்கு வந்தானா?”

“ஏப்பா அதை இன்னமுமா நீங்க ஞாபகத்திலே வைச்சிருக்கீங்க. ஆனாலும் அன்னைக்கு நீங்க இரண்டு பேரும் இல்லைன்னா நாந்தான் போலீஸ்ஸ்டேஷனுக்கும் கோர்ட்டுக்கும் அலைஞ்சுட்டுருக்கணும். எப்படியப்பா உடனே தலைகீழா நிப்பாட்டணுமினு உங்களுக்குத் தோனுச்சு”

“சேர்ல வந்து உட்கார்ந்த தினுசே சரியில்லைண்ணே. நல்ல மப்புல வேறயிருந்தான். சரி வாந்திதான் எடுக்கப்போறான்னு நினைச்சேன். ஆனா அவன் தனியா உட்கார்ந்து அழுக ஆரம்பிச் சுட்டான். கண் இரண்டும் நீலமாயிட்டே வருது. உடம்பு ஜில்லுன்னு இருந்துச்சு. மருந்து அடிச்சுட்டுத்தான் வந்திருப்பான்னு பக்கத்திலே உட்கார்ந்து கேட்டேன். காதல் தோல்வியா அப்படின்னு. அவன் அப்படியெல்லாம் ஒன்னுமில்லை. வேலைக்கு கொடுத்தப் பணத்தை திரும்பவும் வாங்கவும் முடியலை. வேலையும் கிடைக்கலை. அதான் மருந்து சாப்பிட்டேன்னு சொல்லிட்டான். நைஸா பேசி வெளியே கூப்பிட்டு வந்து சீனியை வரச்சொன்னேன். இரண்டு பேரும் சேர்ந்து அப்படியே தூக்கி தலைகீழா நிக்க வைச்சுட்டோம். வாந்தி கொஞ்சம் எடுத்தப்பிறகு தானே நீங்க வந்து எந்த தெருன்னு விசாரிச்சு ஆளை வரச்சொன்னீங்க.”

டீ வந்ததும் எல்லாரும் டீ குடித்தார்கள். சீனிக்கும் நூலகத்திற்கு வந்து படித்துச்சென்ற பழைய நாட்களும் சம்பவங்களும் நினைவில் இருக்கத்தான் செய்தது. ஞாபகங்கள் நினைவிலிருந்து எப்போதும் அழிவதில்லை போல. சீனியும் ரகுவும் ஒருவரை ஒருவர் பார்த்தபடி டீ குடித்தார்கள். இந்த டீக்கடையில் எத்தனையோ நாட்கள் கடன் சொல்லி வாங்கிக்குடித்தார்கள். லைபேரியில் புத்தகங்களோடு புத்தகங்களாக

கிடந்த நாட்களை தாங்கள் எளிதாக மறந்துவிட முடியாது என்று குடித்து முடித்த டீ டம்ளரை மேஜையில் வைத்தார்கள்.

இதற்கிடையில் ஒரு பெண்:

இதற்கிடையில் நூலகத்திற்கு ஒரு பெண் புதிய உறுப்பினராக சேர்ந்து புத்தகங்களை எடுப்பதும் படித்துவிட்டுத் திரும்பக் கொண்டு வருவதுமாக இருந்தாள். அவள் நூலகத்திற்கு வருவதற்கென்று வயர்கூடையொன்றை வைத்திருந்தாள். அதில்தான் புத்தகங்களை கொண்டுவருவதும் போவதுமாகயிருந்தாள். அந்த வயர் கூடை தேன் கலர் வயர்களால் பின்னப்பட்டிருந்தது. அவளது பெயர் சித்ரா என்று உறுப்பினர் அட்டையில் பதிந்திருந்தாள். உறுப்பினர் வருகை பதிவேட்டில் சித்ராதேவி என்று தனித்தனி ஆங்கில எழுத்தில் அவள் தனது பெயரை எழுதி அடைப்புக் குறியில் கூட்டெழுத்தில் கையெழுத்திட்டாள். அவளது கையெழுத்து தான் நீராத்திற்கு மயக்கத்தை தந்தது. அந்த மயக்கம் சொல்ல முடியாத காதலை வளர்த்தது. வருகை பதிவேட்டு நோட்டை திருடி சென்று அவளது கையெழுத்தை பார்த்துக்கொண்டே யிருக்கலாமா என்று பாலாஜியிடம் கேட்டான். பாலாஜி தனக்கும் அந்த எண்ணமிருந்ததாகவும் கனவில் வயர்கூடையுடன் அவள் பலமுறை புத்தகங்களுடன் அவள் வந்ததாகவும் சொன்னான். இருவரும் ஒரு பெண்ணை காதலிப்பதும் அந்த பெண் யாரை காதலித்தாலும் மற்றொருவர் மனதார விட்டுத்தருவது என்றும் அவர்கள் பேசி முடிவு செய்துகொண்டனர். சித்ராதேவி என்கிற சித்ரா நூலகத்தில் புத்தகங்களைத் தவிர வேறு எதையும் பொருட்படுத்துபவளாகத் தெரியவில்லை.

பாலாஜி தனது காதலை சித்ராதேவியிடம் வெளிப்படுத்த முயன்றான். அவனுக்கு முன் யோசனைகள் எதுவும் தெரியவில்லை. திட்டமிடவும் முடியவில்லை . குழப்பமானவனாக இருந்தவன் நீராத்தலிங்கம் என்ன செய்கிறான் என்பதை பொறுமையோடு பார்த்துவந்தான். நீராத்து அவளை பின்தொடர்வதை தினமும் ஒரு வேலையாக வைத்திருந்தான். தொடர்ந்து வருவதை அவள் கவனிக்கிறாளா என்பதெல்லாம் அவனுக்கு கவலையில்லை. விடுமுறை தினத்தில் கூட அவர்கள் சித்ராதேவியின் வீட்டின் முன்னால் ஏதேனும் புத்தகத்தை வைத்துக்கொண்டு நிற்பார்கள். அவளுக்கு நிற்பவர்கள் யார்? எதற்காக நிற்கிறார்கள். ஏன் நின்றிருக்கின்றனர் என்பது தெரியுமா தெரியாதா என்பதை பற்றியெல்லாம் இருவரும் கவலை கொள்ளவில்லை. தங்களை கடந்து செல்பவர்களை கூட அவர்கள் பொருட்படுத்தவில்லை. சித்ராதேவியின் கண்கள் தங்களில் யாரேனும் ஒருவரைப் பார்த்துவிட்டால் போதும் என்ற மயக்கத்தில் இருந்தனர். அதற்குப்பிறகு தான் பாலாஜிக்கு தன்மேல் நம்பிக்கையில்லாமல் போய் வருத்தமுற்றவனாக நீராத்திடம்

தனக்காக சித்ராதேவி விட்டுத் தரும்படிக்கேட்டுக் கொண்டான். அவனும் தனது காதலை விட்டுத்தருவதாக சொல்லி அவளைப் பார்ப்பதை தவிர்த்துவிட்டு ஒதுங்கிக்கொண்டான். ஆனால் சித்ராதேவி ஒரு போதும் பாலாஜியையோ அல்லது வேறு யாரையோ கண் நிமிர்த்திப் பார்க்கவில்லை. அவள் புத்தகங்களை எடுத்துக்கொண்டு செல்வதிலேயே கவனமாகயிருந்தாள்.

நூலகத்திற்கு வந்து கொண்டிருந்த சித்ராதேவி திடீரென வராது போனாள். கலக்கமுற்ற பாலாஜி அவளது தெருவிற்கு சென்ற போது வீட்டின் முன் பந்தல் போட்டிருந்ததைப் பார்த்தான். வாழைமரம் கட்டியிருந்தனர். சித்ராவிற்கு திருமணம் நடந்து முடிந்துவிட்டது என்று தெரிந்ததும் அவனால் துக்கத்தை அடக்கிக் கொள்ளவே முடியவில்லை. பாலாஜி அழுதுவிட்டான். தொடர்ந்து சிகரெட் புகைப்பதும் தினமும் சினிமாவிற்கு செல்வதுமாக இருந்து சித்ராவை மறக்க முயன்றான். 28 தமிழ் சினிமாவும், 12 ஆங்கில படங்களும், 4 டப்பிங் படங்களும் பார்த்த பிறகு தான் சித்ராவை அவனால் மறக்கமுடிந்தது. சீனிவாசன் அவனது காதலை தெரிந்தவராக அவனுடன் பேசுவதையும் அவனை படிக்கச் சொல்லித்திட்டுவதையும் நிறுத்திக்கொண்டார். தானும் சுசீலாவிற்காக இப்படி பல நாட்களாக சினிமாவைப் பார்த்துக்கொண்டு திரிந்தோம் என்று நினைத்துக்கொண்டு வெட்கத்துடன் சிரித்தபடி இருந்தார்.

பாலாஜியும் நீராத்தும் குரூப் தேர்விற்கு தயாராகி பரீட்சைக்கு சென்றனர். பரீட்சைஹாலில் இவர்களுக்கு முன்பாக சித்ராதேவியும் அவளது கணவனும் கைப்பிள்ளையுடன் உட்கார்ந்திருந்தனர். சித்ராதேவியின் கணவன் நான்காவது முறையாக பரீட்சை எழுத வந்துள்ளான். சித்ராவிற்கு இதுதான் முதல் தடவை. ஹாலுக்கு வெளியே சித்ராவின் அத்தை நின்றிருந்தாள். கைப்பிள்ளையைத் தூங்கவைத்துவிட்டு பரீட்சை எழுதவேண்டுமென அவர்கள் பேசிக் கொண்டனர். பரீட்சை தொடங்குவதற்கு இன்னும் ஐந்து நிமி டங்கள் தான் இருந்தது. சித்ரா தனது பிள்ளைக்கு வயிறு நிரம்ப பால் தந்துவிட்டால் பரீட்சையை நிம்மதியாக எழுதலாம் என்று மறைவான இடத்திற்கு அலைந்தாள். ஆட்கள் கூட்டம் கூட்டமாக நின்றிருந்தனர். வேறு வழியின்றி அவள் பெண்கள் கழிப்பறைக்குச் சென்று பால் தந்து விட்டு வந்தாள். அவள் வருவதற்கும் பரீட்சைத் தொடங்குவதற்கும் நேரம் சரியாக இருந்தது.

ஜெயம் என்கிற ஜெயா என்கிற ஜெயலெட்சுமி என்ற பெண்:

பாலாஜி சினிமாவிற்கு செல்வதற்கு இரண்டு மூன்று நாட்களாக கிளம்பி செல்லமுடியாமலே போய்விட்டது. இன்றும் படம்

பார்க்காமல் போய்விடுமோ என்று தலைமையாசிரியரிடம் காலையில் வந்தவுடனேயே அனுமதி வாங்கிவிட்டான். மாலையில் பள்ளி முடிந்தவுடன் கிளம்புவதற்கு ஏதுவாக வேகவேகமாக எல்லா வேலைகளை முடித்துக்கொண்டிருந்தான். மதிய நேரம் வகுப்புகள் மெதுவாக எறும்பைப்போல ஊர்ந்து கொண்டிருந்தது. பள்ளிக் கூடத்தில் இத்தனை மரங்கள் இருந்தும் வெக்கை தணிந்த பாடில் லையென்று புலம்பிக்கொண்டிருந்தனர். வாரத்தின் கடைசி நாளின் மதிய நேர வகுப்புகள் போல மற்றைய தின வகுப்புகள் வேகமாக செல்வதில்லையென்பது பாலாஜிக்குத் தெரியும். பாலாஜி கடி காரத்தை பார்த்தான். பள்ளிக்கூடம் முடிவதற்கு நேரம் இருக்கிறது. தலைமையாசிரியரிடமிருந்து கட்டளைகளோ அல்லது வேலைகளோ என எதுவும் இதுவரை வரவில்லை. டைப்பிஸ்ட் காவேரி அவனிடம் சில பேப்பர்களை தந்தாள்.

பாலாஜி தனக்கும் சீனி அண்ணனைப் போல தட்டச்ச ராகவோ அல்லது எழுத்தராகவோ வேலை கிடைக்குமென எதிர் பார்ப்புகளும் கனவுகளுமாக இருந்தான். குரூப் பரீட்சை எழுதி தேர்ச்சிப்பெற்று நெடுநாட்கள் கழிந்துவிட்டது. அந்த வருட தேர்வினை செல்லுபடியாகாது என்று கோர்ட்டில் மனுதாக்கல் செய் திருந்தார்கள். பாலாஜியோடு நீராத்தின் கனவும் நனவாகாமலேயே போய்விட்டது. நீராத்தின் அப்பா தான் இருவருக்கும் தற்காலிகமாக வேலையொன்றை ஏற்பாடு செய்து தந்திருந்தார். உள்ளூரில் இருந்த மேல்நிலைப்பள்ளியில் இருவருக்கும் கிளார்க் பணி கிடைத்தது. பி.எட். முடிந்திருந்தால் வாத்தியார் வேலையே அவர்களுக்கு கிடைத்திருக்கும். அலுவலகத்தில் அவர்களுக்கு தினமும் வேலை இருந்தது. மாவட்டத்திலுள்ள கல்வி அதிகாரி அலுவலகத்திற்குச் சென்று கோப்புகளைத் தந்துவிட்டு வரவேண்டும். ஆசிரியர்களின் சம்பளத்தில் வாங்கப்படும் கடனை கட்டி விட்டுவரவேண்டும். பரீட்சையின் போது 1500 தமிழ்நாடு ஆறுகளின் வரைபடமும் 1500 உலக வரைபடமும் 1500 இந்தியவரைபடமும் வாங்கிக் கொண்டு வரவேண்டும். தொடர்ந்து அவர்களுக்கு வேலையிருந்து கொண்டே யிருக்கும். அட்டண்டர் பழனிச்சாமி வரவில்லையென்றால் அனைத்து வகுப்புகளுக்கும் வருகை பதிவேட்டை எடுத்துக்கொண்டு போக வேண்டும். கிளாஸ் டீச்சர் வராத வகுப்புகளுக்கு மாற்று டீச்சர் களை துண்டு சீட்டு தந்து போக சொல்ல வேண்டும். கூடவே அவர்கள் சலிப்புற்று தலைமையாசிரியரை திட்டும் போது காதில் வாங்கி போட்டுக்கொள்ள வேண்டும். தினமும் 35 ரூபாய் என்று இருவருக்கும் சம்பளம் தந்தார்கள்.

பாலாஜி அந்த சம்பளத்தை வாங்கி தனது அம்மாவிடம் தந்து

விடுவான். அவனது அப்பாவுடனும் அம்மாவுடனும் சீனி சண்டைப் போட்டுக்கொண்டார். சீனிக்கு திருமணம் நடந்து முடிந்ததிலிருந்து அவர்கள் வீட்டில் குழப்பமும் பிரச்சனையுமாக இருந்தது. சீனிக்கும் திருமணம் முடிந்த ஆறு மாதத்திற்குப் பிறகு ரகுவுக்கும் திருமணம் நடந்தது. அந்த ஆறு மாதத்தில் சீனிக்கு இரண்டு முறை இரத்த அழுத்தம் கூடி மருத்துவமனையில் சேர்க்கப்பட்டார். முதல் முறையாக அவருக்கு மயக்கமும் தடுமாற்றமும் வந்த போது சீனியின் அம்மாவும் அவரது மனைவியும் பெரிய சண்டைப்போட்டு முடித் திருந்தார்கள். சீனிக்கு ஏன் தான் வேலைக்கு செல்லும் மனைவியைத் திருமணம் செய்து கொண்டோம் என்று ரகுவிடம் புலம்பினான். அவன் அலுவலகம் முடிந்து வீட்டிற்கு வந்தான். சீனியின் அம்மாவிடமும் மனைவியிடமும் தனித்தனியாக விசாரித்தான். அவனுக்கு என்ன செய்வது என்று தெரியவில்லை. சீனியின் மனைவி தனியாக வேறு வீட்டிற்கு சென்றுவிடுவதென முடிவு செய்திருந்தாள். அன்று நடந்த சண்டைக்குப் பிறகு தான் அவனுக்கு இரத்த அழுத்தம் கூடி மருத்துவமனையில் அனுமதிக்கப்பட்டான். சீனியின் மனைவி ஜெயலெட்சுமி ஆஸ்பத்திரியிலேயே சண்டைக்காரியைப் போல வேறு வீட்டிற்குப் போக வேண்டுமென சீனியை பார்க்க வந்தவர்களிடம் எல்லாம் சொல்லிக்கொண்டிருந்தாள். தனது கணவனுக்கு பிரஷர் வந்ததிற்கு காரணமே அவனது அம்மாதான் என்று திரும்பவும் சண்டை போடப்போனாள். சீனியின் அம்மாவும் அப்பாவும் விட்டுவிட்டனர். அதற்குப்பிறகு யாரும் அவளுடன் பேசுவதில்லை.

ஜெயலெட்சுமி தனது பீரோவிலிருந்த சம்பளப்பணத்தை காணவில்லை என்று சீனியின் அம்மாவுடன் சண்டைப்போட்ட போது அவனுக்கு இரண்டாவது தடவையாக இரத்த அழுத்தம் கூடி மூக்கில் சொட்டுச்சொட்டாக ரத்தம் வந்து கொண்டிருந்தது. ஜெயத்தின் பீரோவில் எப்போதும் சாவி இருக்கும். தனது கணவனைத் தவிர வேறு யாரும் பீரோவைத் திறக்கமாட்டார்கள் என்ற நம்பிக்கையில் சாவியை எப்போதும் பீரோவிலேயே வைத்திருப்பாள். அவளும் சீனியும் அலுவலகம் சென்று திரும்பிய போது மாற்றுடை உடுத்துவதெற்கென ஜெயா தனது பீரோவைத் திறந்து பார்த்தாள். சம்பளப்பணத்தை தவிர மற்றதெல்லாம் அப்படியே இருந்தது. நகைகள் இருக்கும் லாக்கர் திறந்திருக்கவில்லை . அவள் ஒரு முறைக்கு இரண்டு தடவை பீரோ முழுக்கத் தேடினாள். சம்பளப்பணம் தவிர மற்றதெல்லாம் அப்படியே வைத்த இடத்தில் இருந்தது. அவள் சீனியிடம் நீங்க ஆபிஸிலிருந்து எப்போ வந்தீங்க என்று கேட்டாள். அவர் வந்த நேரத்தை சொன்னார். அறையி லிருந்து வெளியேறி சப்தமாக யாரு நான் இல்லாத போது என் ரூம்பிற்கு வந்தது என்று கேட்டாள். அவர்களுக்கு ஒன்றும் புரியவில்லை. என்னோட சம்பளப்பணத்தை காணோம். யாரு எடுத்த

துன்னு எனக்கு இப்போது தெரிஞ்சாகனும் என்று கத்தினாள். சீனிக்கு அப்போதே தலைசுற்றலும் மயக்கமும் வந்துவிட்டது. பிறகு அவனது அம்மாவுக்கும் ஜெயத்திற்கு நடந்த சண்டையை ஒன்றும் கேட்க முடியாதபடி மயங்கி கீழே விழுந்து விட்டார். சீனியின் அப்பா ஜெயத்திடம் எவ்வளவோ எடுத்துச்சொல்லியும் அவள் பிடிவாதமாக இருந்தாள். 15 நாட்கள் விடுப்பு எடுத்துக்கொண்டு தன் அம்மாவின் வீட்டிற்கு சென்று படுத்துக்கொண்டாள். சீனி மருத்துவமனை யிலிருந்து வந்ததும் அவள் ஒன்று தனியாக வீட்டிற்கு போகவேண்டும். இல்லையென்றால் விவாகரத்து செய்து கொள்ளவேண்டுமென்று தொலைபேசியில் பேசினாள்.

சீனியும் ரகுவும் அவளுடன் என்ன பேசியும் அவள் தனது முடிவை மாற்றிக்கொள்ளவே இல்லை. வேறுவழியின்றி சீனிவாசன் அவர் இருந்த வீட்டைவிட்டு இரண்டு மூன்று தெரு தள்ளியுள்ள தெருவில் வாடகைக்கு வீடு ஒன்றை பார்த்தார். அதற்குப் பிறகு தான் ஜெயத்திற்கு ஆத்திரம் அடங்கியது. பாலாஜியின் அப்பா சீனியின் கல்யாண செலவிற்கு வாங்கிய கடனை தனது சம்பளப் பணத்திலிருந்து கட்டிக்கொண்டிருந்தார். அவரால் குடும்ப நிர்வாகத்தை சமாளிக்க முடியவில்லை. திடீரென பாலாஜிக்கு வேலை கிடைத்துவிட்டால் செலவுக்கு என்ன செய்வதென்ற பரபரப்பில் இருந்தார். அவன் தரும் 35 ரூபாய் அன்றாட செலவுக்கு சரியாக போய்விடுவதாக அவனது அம்மா சொன்னாள். இருந்த போதிலும் சீனி என்றாவது ஜெயத்திற்கு தெரியாமல் வீட்டிற்கு வந்து சென்று கொண்டு தான் இருந்தான்.

கடைசியாக ஒரு கனவு:

பாலாஜி பள்ளிக்கூடம் முடிந்ததும் நேராக வீட்டிற்குத் தான் வந்தான். அவன் ஏற்கனவே நீராத்திடம் சொல்லியிருந்தான். பாலாஜிக்கு விளம்பரப்படங்களிலிருந்து பார்த்தால் தான் சினிமாவிற்கு சென்று வந்த திருப்தி இருக்கும். பாலாஜி தன் அம்மாவிடம் ரூபாயைத் தந்து விட்டு சினிமாவிற்குப் போவதற்கென பணம் கேட்டான். அவனது அம்மா ஆமாடா இப்போ என்கிட்டே பணம் கேளுங்க. கல்யாணம் முடிஞ்சதும் பணத்தை திருடுறேன்னு திட்டுங்க என்று சொன்னாள். அவன் ஒன்றும் பேசாமல் கழிப்பறைக்கு சென்று வந்தான். தலைசீவும் கண்ணாடிக்கு அருகே பணமும் காப்பி டம்ளரையும் அவனது அம்மா வைத்துவிட்டுச் சென்றாள்.

பாலாஜியும் நீராத்தும் தியேட்டருக்குள் நுழைந்த போது இருக்கைகள் நிறைந்திருந்தது. விளக்குகளை ஒவ்வொன்றாக அணைத்துக் கொண்டிருந்தார்கள். ஸ்கீரின் எடுப்பதற்காக பாட்டை நிறுத்திவைத்திருந்தார்கள். ஸ்கீரின் எடுப்பதற்கு தியேட்டரில்

இங்கிலிஷ் மியூசிக் போடுவார்கள். கலர் விளக்குகளைப் பார்த்துக் கொண்டே இங்கிலிஷ் மியூசிக்கை கேட்பதற்கு அவனுக்கு பிடிக்கும். இடம் கிடைக்கவில்லையென்றால் என்ன செய்வதென்று தெரியா தவனாக வரிசையாக பார்த்துக்கொண்டே வந்தான். இடது பக்கத் திலிருந்த 14 வரிசையில் இரண்டு இடங்கள் இருந்ததைப் பார்த்ததும் தான் பாலாஜிக்கு நிம்மதி வந்தது. நீராத்தும் அவனும் உட்கார்ந்து கொண்டார்கள். ஸ்கீரின் மேலே உயரஉயர இங்கீலிஷ் பாடல் ஒலிக்கத்தொடங்கியது.

முதலில் ஸ்லைடு விளம்பரம். தியேட்டரில் இன்னமும் சீட் கிடைக்காமல் ஆட்கள் இருக்கைகளின் வரிசையின் ஊடே நடந்து கொண்டிருந்தார்கள். விளம்பரப்படம் திரையில் தெரிந்தது. எவரெடி விளம்பரம். அந்த விளம்பரத்தின் பாடல்வரிகள் பாலாஜிக்கும் நீராத்திற்கும் மனப்பாடமாக தெரியும். இருக்கையில் வசதியாக உட்கார்ந்து கொண்டவர்கள் திரும்பி வலது பக்கமாக பார்த்தார்கள். சீனியும் ஜெயாவும் சீட் கிடைக்காமல் நின்று கொண்டிருப்பது தெரிந்தது. பாலாஜி தியேட்டரின் இருட்டில் நன்றாக பார்த்தான். சீனி அண்ணன் தான். வேலை நாட்களில் சினிமாவிற்கு அவர் வரமாட்டாரே என்று நீராத்திடம் சொன்னான். அவனுக்கும் அந்த சந்தேகம்தான். அவனுக்கு இன்னொரு பயம் இருந்தது. திரும்பிப்பார்த்துக்கொண்டான். ரகுவும் அவரது மனைவியும் வந்திருப்பார்களோ என்று பார்த்தான். அவர்கள் வரவில்லை. ரகுவை விட்டுவிட்டு சீனி எப்படி சினிமாவிற்கு வந்தது என்று பாலாஜியிடம் கேட்டான். அவன் ஒன்றும் பேசாமல் கோபமாக உட்கார்ந்திருந்தான். ஜெயாவை பார்க்கும் போதெல்லாம் அவனுக்கு கோபமாக வரும். சீனி அண்ணனுக்காகத் தான் பொறுமையாக இருந்தான். அவனது அம்மாவைத் திருடி என்று சொல்லியதோடு அவனையும் போலிஸில் பிடித்துத்தருவதாக திட்டியதை அவன் இன்னமும் மறந்திருக்கவில்லை.

சீனி அண்ணன் சீட்டிற்காக அலைந்து கொண்டிருப்பதை பார்த்ததும் இருவருக்கும் மனம் கேட்கவில்லை. எழுந்து அவர்களுக்கு இடம் தந்துவிடலாமா என்று யோசித்தார்கள். பாலாஜி கேட்பதற்கு முன்பே நீராத்து எழுந்து சீனி அண்ணன் பக்கமாக போனான். அவர்கள் வந்ததும் பாலாஜி எழுந்து கொண்டான். ஜெயா உட்கார்ந்து கொண்டதும் சீனி அவர்களை பார்த்து தேங்க்ஸ்டா என்று நீராத்திடம் கையைப்பிடித்து குலுக்கினார். நீராத்தலிங்கம் அவரது கைகளை விடுவித்துக்கொண்ட போது இருபது ரூபாய் தாள் ஒன்றிருந்தது. பாலாஜியிடம் சீனி அண்ணன் தந்ததாக இருபது ரூபாய் தாளைக் காட்டினான். தியேட்டரில் எக்ஸ்ட்ரா சேர் போட்டுக்கொண்டிருந்தார்கள். அதற்கும் ஆட்கள் கூட்டம் இருந்தது.

எக்ஸ்ட்ரா சேர் போடப்போட ஆட்கள் வந்து கொண்டேயிருந்தார்கள். பாலாஜியும் நீராத்தும் உட்கார்ந்ததும் படம் தொடங்கியது. பாலாஜிக்கு வழக்கம் போல படம் தொடங்கியதும் கனவு வந்தது. அவனும் கனவு காணத் தொடங்கினான். திரையில் ஓடிய படத்தில் அவனை ஒரு அம்மா தாலாட்டிக் கொண்டிருந்தாள். ஒரு அப்பா பாட்டுப்பாடிக் கொண்டிருந்தார்.

எஸ்.செந்தில்குமார் (1973) 1999ஆம் வருடத்திலிருந்து எழுதி வருகிறார். மனைவியின் பெயர் மலர்விழி. மகள், மஞ்சுளா காதம்பரி. இவர் தேனி மாவட்டம் போடிநாயக்கனூரில் வசித்து வருகிறார்.

ஆசிரியரின் பிற நூல்கள்

சிறுகதைத் தொகுப்பு

1. வெயில் உலர்த்திய வீடு
2. சித்திரப்புலி
3. விலகிச்செல்லும் பருவம்
4. மழைக்குப்பிறகு புறப்படும் ரயில் வண்டி
5. அலெக்ஸாண்டர் என்கிற கிளி
6. அனார்கலியின் காதலர்கள்
7. சிவப்புக்கூடை திருடர்கள்

நாவல்:

1. ஜீ. சௌந்தரராஜனின் கதை
2. முறிமருந்து
3. நீங்கள் நான் மற்றும் மரணம்
4. காலகண்டம்
5. மருக்கை
6. கழுதைப் பாதை

கவிதைத் தொகுப்பு:

1. குழந்தைகள் இல்லாத வீட்டில் உடையும் ஜாடிகள்
2. சமீபத்திய காதலி
3. முன்சென்ற காலத்தின் சுவை

கட்டுரைத் தொகுப்பு:

1. சிறுகதை

விருதுகள்:

1. 2009ஆம் ஆண்டிற்கான இளம் படைப்பாளிகளுக்கான ‘சுந்தரராமசாமி விருது’
2. 2013ஆம் ஆண்டிற்காக SRV பள்ளி நிறுவனத்திலிருந்து வழங்கிய படைப்பூக்கத்திற்கான தமிழ் விருது.
3. 2016ஆம் ஆண்டிற்கான சுஜாதா அறக்கட்டளையிலிருந்து வழங்கிய சுஜாதா சிறுகதை விருது.
4. 2018ஆம் ஆண்டிற்கான கோவை வாசகர் வட்டமும் விஜயா பதிப்பகமும் இணைந்து வழங்கிய கவிஞர் மீரா விருது.
5. 2018ஆம் ஆண்டிற்கான Sparrow இலக்கிய விருது.

www.ingramcontent.com/pod-product-compliance
Ingram Content Group UK Ltd.
Pitfield, Milton Keynes, MK11 3LW, UK
UKHW042131021026
15589UKWH00003B/746

9 789388 860833